એક અતૂટ પ્રેમની નાયિકા

-અભિસારિકા

ડો.પ્રકાશ ચાંડેગ્રા - લવ્યમ

BlueRose ONE.com
Stories Matter

First Published in April 2023

ISBN: 978-93-5741-121-9

BLUEROSE PUBLISHERS

www.BlueRoseONE.com

info@bluerosepublishers.com

+91 8882 898 898

Cover Design:

Aman Sharma

Typographic Design:

Bharat Mehta

Jaydeep Pankhaniya

Distributed by: BlueRose, Amazon, Flipkart

લેખક પરિચય

ડો.પ્રકાશ ચાંડેગ્રા - લવ્યમનો જન્મ ૧૫-૦૧-૧૯૯૦ ના રોજ ગુજરાતના જામ ખંભાળિયામાં થયેલ. પ્રાથમિક અને માધ્યમિક સુધીનો અભ્યાસ તેમણે ખંભાળિયાની એસ.એન.ડી.ટી.શાળામાં કરેલ.અહીં તેમણે આદર્શ વિદ્યાર્થીનો એવોર્ડ મેળવેલ.ઉચ્ચતર માધ્યમિક અભ્યાસ એમણે જામનગરની ડી.સી.સી શાળામાં કરેલ.ધો.૧૦ માં સમગ્ર જામ ખંભાળિયામાં દ્વિતીય અને ધો ૧૨ સાયન્સમાં સમગ્ર જામનગર જિલ્લામાં દસમો ક્રમાંક મેળવી તેમણે અનેક પુરસ્કારો અને પ્રશસ્તિપત્ર મેળવેલ.રાજકોટની પી.ડી.યુ મેડિકલ કોલેજમાં તેમણે તબીબી અભ્યાસ કરેલ. સાયન્સ અને સાહિત્ય કહેવાય છે કે સાથે ન હોય પરંતુ એમનામાં બન્નેનો સુભગ સમન્વય થયેલ જણાય છે.મેડિકલ કોલેજ દરમિયાન તેમણે ઘણી કવિતાઓ અને વાર્તાઓ લખેલ. લવ્યમ એટલે કે લક્ષ્યને સમર્પિત અને પ્રેમને સમર્પિત આ ઉપનામ એમણે ધારણ કરેલ.

મેડિકલ અભ્યાસ પૂર્ણ કર્યા બાદ તેઓએ દ્વારકા જિલ્લાના રાણ પ્રાથમિક આરોગ્ય કેન્દ્ર માં તબીબી અધિકારી તરીકે ફરજ બજાવેલ. અહીં પણ તેમણે આરોગ્યકેન્દ્ર ની કાયાપલટ કરી અનેક કાયાકલ્પ એવોર્ડ અને નેશનલ લેવલનો એન.ક્યુ.એ.એસ એવોર્ડ સંસ્થાને અપાવેલ.એમના મિત્ર વર્તુળ અને સ્વજનોમાં તેમની રચનાઓ પ્રિય રહેલ.એમના આરોગ્યવિષયક ખાસ કરીને કુપોષણ વિશેના અને ઝિંદગી વિશેના લેખ અત્યંત ————————————પ્રસિદ્ધિ પામેલ.ઓનલાઈન એપ્લિકેશન પ્રતિલીપીમાં પણ તેઓ સક્રિય રહેલ અને સારા લેખન બદલ પ્રતિલિપિ તરફથી ગોલ્ડન બેજ સર્ટિફિકેટ પણ મેળવેલ.હાલ તેઓ ભાણવડ તાલુકાના તાલુકા હેલ્થ ઓફિસર

તરીકે અને દ્વારકા જિલ્લાના ક્વોલિટી મેડિકલ ઓફિસર તેમજ જિલ્લા ટ્રેનિંગ સેન્ટરના ઇન્ચાર્જ તરીકે ફરજ નિભાવી રહ્યા છે અને તમામમાં કુનેહપૂર્વક કાર્ય કરી દ્વારકા જિલ્લાને અગ્રેસર રાખે છે.તેઓ માને છે કે, " કોઈ એક વ્યક્તિ આખી દુનિયામાં અજવાળું ન કરી શકે પણ પોતે જે ઓરડામાં છે એમાં તો કરી જ શકે." અભિસારિકા- એક અતૂટ પ્રેમની નાયિકા એ તેમની પ્રથમ પ્રકાશિત સ્વરૂપે આવેલ ગુજરાતી નવલકથા છે.

****

"અંતર કેવું આ સમજાય નહિ, ન કોઈ ઝઘડો કે ન કોઈ વાત, ખામી હશે જે પામતી નથી પ્રિયજનને કરવા છતાં અથાગ પ્રયાસ,

રડી રડી થાકી ગયાં નયનો હવે દિવસ રાત, આવી અને મને ભરી દે તારા આલિંગનમાં, હવે ના કર એક પણ વાર નિરાશ. !!!! "

લગ્નની પચ્ચીસમી વર્ષગાંઠ . સિલ્વર જુબેલી .

કોઈપણ પતિ પત્ની માટે એક અનેરો અવસર હોય છે. **ધરા** માટે પણ આજે એ પ્રસંગ હતો જેને એ યાદગાર બનવવા માંગતી હતી. પોતાના પતિ **વ્યોમ** માટે એણે એની મનગમતી બધી વાનગીઓ બનાવી રાખી હતી. પુરણ પુરી અને દાળ બાટી જે વ્યોમને અતિશય પ્રિય છે એ ખાસ બીજી બધી રસોઈ સાથે બનાવ્યું હતું. વ્યોમને મનગમતી સાડી પણ પહેરી રાખી હતી. પચાસની ઉંમરે ધરા થોડી મેદસ્વી થઈ ગયેલ, કાળાભમ્મર વાળની વચ્ચે વચ્ચે ક્યાંક શ્વેત વાળ હવે દેખાઈ રહ્યાં હતાં. હાથ અને ચહેરાની જે કોમળતા અગાઉ હતી એ ધીમે ધીમે સમયના વહાણને લીધે કઠોર થવા લાગી હતી.

આખા ઘરમાં નીરવ શાંતિ હતી. ધરા સિવાય કોઈ ઘરમાં હતું નહીં. સામાન્ય રીતે લગ્નની પચ્ચીસમી વર્ષગાંઠમાં મોટી ઊજવણી રાખવામાં આવે છે પણ વ્યોમને આ બધું બહુ પસંદ ન હોવાથી હવે ધરા પણ એને પસંદ હોય એ રીતે જીવવા લાગી હતી.

વ્યોમ માટે એણે આજે એને ગમતી કંપનીની ઘડિયાળ પણ ભેટમાં આપવા માટે લઈ રાખી હતી. હવે બસ એ ઘડિયાળના કાંટે કાંટે એના આવવાની રાહ જોઈ રહી હતી. વધુમાં આજે એનું પૂનમનું વ્રત પણ હતું તો બપોરે પણ ફળ સિવાય એણે કઈ લીધું ન હતું. એ એ જ વિચારતી હતી કે વ્યોમ આવે એટલે બન્ને સાથે

જમશું. અને થોડી ક્ષણો સાથે વિતાવશું. "ટિક ટિક ટિક ટિક ". કોઈની રાહ જોતા હોય ત્યારે ઘડિયાળ પણ ધીમે ચાલતી હોય છે. સાંજના સાત. આઠ અને નવ વાગે છે. આમ છતાં વ્યોમના કોઈ સમાચાર, મેસેજ કે ફોન નથી આવતો. છતાં હમણાં આવશે એ આશા એ ધરા ઘડીક દરવાજા સામે તો ઘડીક મોબાઈલમાં તો ઘડીક આમ તેમ જોયા રાખે છે.

પોતાનાં પ્રિયપાત્રની પ્રતિક્ષા કરવી એ પણ એક આનંદની વાત છે. એ મજા જ અલગ હોય છે.દરેક ક્ષણે એના આગમનના ભણકારા વાગે છે.એક સેકન્ડ એક કલાક જેવડી, અને એક કલાક એક દિવસ જેટલી મોટી લાગે છે. ફેસબુક, વ્હોટ્સએપ, ફેમીલી ગ્રૂપ બધામાં ધરાને અઢળક શુભેચ્છાઓ મળી હતી. પણ જે વ્યોમ પાસેથી મળવાનું છે એ દુનિયાની કોઈ સાઇટ ન આપી શકે. બંને એ પોતાના સ્ટેટ્સમાં એનિવર્સરીનો ફોટો રાખેલ હતો પણ છતાં હજુ બંને આજે એકબીજા સાથે ન હતાં. સાચું જ છે કે **તસ્વીરમાં હંમેશા લોકો સાથે રહે છે પણ તકદીરમાં સાથે રહે એ પણ જરૂરી છે. !!!!**

બરાબર સાડા નવ વાગ્યે વ્યોમનો ફોન આવે છે,

"હેલ્લો, તમે ક્યાં પહોંચ્યાં, હું રાહ જોઉં છું તમારી. "

સામેથી . .

"સાંભળ, હું નહિ આવી શકું અત્યારે હવે . કારણ કે. . . "

પછી ધરા ફોન રાખી દે છે. આંખના ખૂણામાં આવેલા આંસુઓને એ વહેવા દે છે . ઘરનો એકાંત એને ખાવા દોડી રહ્યો હતો. એ અગાશી પર જાય છે અને પૂનમના ચાંદા ને જુએ છે અને કહે છે. .

આભાર . .

"હું મારી કથાની ગઈકાલે પણ અભિસારિકા હતી અને આજે પણ અભિસારિકા જ છું. ."

અને એ પચ્ચીસ વર્ષ પહેલાંની સ્મૃતિઓમાં સરી પડે છે. . !!!!!

"સ્વપ્નના મહેલમાં રહીએ ચાલ સંગાથે, મળી રહે જો ક્ષણો બે ચાર. .

એકમેકને આવકારીએ ઉમળકાથી, ખોલી હૃદયના બંધ દ્વાર."

ધરા અગાશી પર જ ખુરશી પર બેસી જાય છે અને પચ્ચીસ વર્ષ જૂની સ્મૃતિઓમાં ખોવાઈ જાય છે.

***

"ઊભો રે તું, તારી હિંમત કેમ થઈ મારી વસ્તુને અડવાની પણ. "

કહેતી આખા ઘરમાં બુમાબુમ કરતી . હાથમાં પકડેલ રેતી જેવી ચંચળ, ગુલાબની ખીલતી પાંદળી જેવી કોમળ, પાતળી અને યૌવનને ઝુકાવતી કમર અને એ કમરને સલામ કરતા, કાળા ડિબાંગ વાદળો જેવા કેશને ઝુલાવતી, નયનોના જાદુથી સંમોહિત કરી દે એવી સોળે કળાએ ખીલી ઊઠેલ યૌવન ધરાવતી **"ધરા "**

ધરા પર "ધબ ધબ ધબ ધબ"કરતી પોતાના નાના ભાઈ જયની પાછળ દોડે છે.

"આ છોકરીને કોઈ એના રૂમમાં જાય, એની વસ્તુ જરાક પણ અડે કે જરા પણ આડાઅવળી કરે એ ના ગમે . આનું ભવિષ્યમાં શું થશે ? "

ધરાના માતા કાવેરીબેન એના પિતા પંકજભાઈને કહે છે.

"થાય શું ? મારી દિકરીને ક્યાંય વાંધો નહિ આવે.એ બધી પરિસ્થિતિનો સામનો કરવા તૈયાર રહેશે."

"નથી એને બધી રસોઈ બનાવતા આવડતી, નથી સાડી એકલા પહેરતા આવડતી કે નથી વ્યવહારિક વાતચીત કરતા . એટલે હવે તમે જાજો ભેગાં આણામાં ધ્યાન રાખવા !!! "

જેમ દરેક માતા પિતાને આ ઉંમરે ચિંતા હોય એ જ આ બન્નેને હતી અને એને અનુલક્ષીને જ તેઓ વાત કરી રહ્યાં હતાં.

"તમને લાગે લગ્ન પછી બધું બદલાઈ જાય, અહીંયા આ છોકરીને માંગ્યું એ બધું મળ્યું છે, બધું એનું ધાર્યું થયું છે, એ બોલે એ પેલા વસ્તુ હાજર હોય, હવે સાસરે જશે ત્યાં કઈ માતા પિતા નહીં હોય કે બધું ધાર્યું થાય, ત્યાં તો ઘણું જાતુ કરવું પડે, ન ગમે એ ગમાડવું પડે, ઘણું સહન પણ કરવું પડે "કાવેરીબેન આગળ બોલ્યાં.

"જેમ આપણા ઘરમાં હું સહન કરું છું એમ. !! "પંકજભાઈ બોલ્યાં.

"તમે હસવામાં લ્યો છો પણ હું મા છું મને ખબર છે મેં પોતે ઘણું બદલાતા જોયું છે."

પંકજભાઈ કાવેરીબેનના ખભા પર હાથ રાખે છે અને એને આશ્વાસન આપતા કહે છે, "મને આપણી દિકરી પર સંપૂર્ણ વિશ્વાસ છે . એને પરિસ્થિતિ સાથે સમાધાન કરતા અને એને અનુકૂળ થતા આવડી જશે. બાકી જેવા એના ભાગ્ય. આપણે બીજું તો કંઈ ધ્યાન ન રાખી શકીએ."

ત્યાં પાછળથી બે હાથ એમના બન્નેના ખભે મુકાય છે અને એને આલિંગનમાં લઈ.

"હજુ તો સગાઈની તારીખ નક્કી થઈ છે ત્યાં તમારા બન્નેના આ હાલ છે લગ્ન સુધી શું થશે., ખોટી ચિંતા ન કરો, હું સેટ થઈ જઈશ બધી જગ્યાએ. "

ધરાની આ વાત સાંભળી બંનેની આંખોમાં પાણી ભરાઈ આવે છે ત્યાં વળી ધરા પાસે રહેલ મોબાઈલ ફોન જય ઝુંટવી જાય છે અને ધરાને ફરી ગુસ્સો આવે છે.

"પપ્પા આને કાંઈક કયોને આ મારો મોબાઈલ લઈને ગેમ રમવા જ બેસી જાય છે. "

બધા હસવા લાગે છે. અને જય અને ધરા ફરી દોડાદોડી કરવા લાગે છે.

ધરા સર્વસામાન્ય છોકરી જેવી જેમ લગ્ન પહેલાં હર કોઈ હોય એમ જ હતી. ખાતા પીતા મધ્યમવર્ગીય પરિવારની પણ અત્યંત લાડકોડથી ઉછરેલી એને એના માતા પિતાએ જે તે સમયને અનુરુપ તમામ સુખ સગવડો આપેલ આથી જ હવે એનાં લગ્ન પછી એને કંઇ તકલીફ પડશે તો એ વિચારે ખાસ કાવેરીબેનને વધુ ચિંતા રહેતી હતી.

******

લીમડા, સરગવા અને ગુલમહોરના વૃક્ષથી શાળાનું મેદાન શોભતું હતું. ચકલીઓ, કબૂતર, બીજાં વન્ય પક્ષીઓનો કલરવ અને ચહલ પહલ વાતાવરણને વધુ નયનરમ્ય બનાવી રહ્યું હતું. શાળાની સફાઈ અને જાળવણી જોઈને ગામના દરેક વ્યક્તિ પ્રભાવિત થઈ જતા હતા. રાજપરા ગામની આ શાળાના આજુબાજુના તમામ તાલુકા તેમજ સમગ્ર જિલ્લામાં ચર્ચા હતી. આ શાળાના શિક્ષકોએ શાળાનો નકશો જ બદલી નાંખ્યો.

“જે વસ્તુ અત્યારસુધી મને નથી મળી એ તમામ હવે મારે મેળવવી છે. બહુ તકલીફો ભોગવી સાઇકલ લઈ લઈને તૂટીને ત્રણ થયો, પ્રાઇવેટમાં આયુર્વેદ કોલેજમાં એડમિશન મળતું હોવા છતાં પૈસાના વાંકે મારે બી.એસ.સી કરવું પડ્યું. ૫૦૦ રૂપિયાની જરૂરિયાત હોય ત્યાં ૨૫૦ થી ચલાવવું પડ્યું છે. પણ હવે બસ . નામ કમાવવું છે, રૂપિયા કમાવવા છે અને જીવનજરૂરી બધી વસ્તુઓ વસાવવી છે, ધરા ને બધી સુખ સગવડવાળી લકઝરી લાઈફ આપવી છે. ”

સ્ટાફ રૂમમાં પોતાના સાથી શિક્ષક વિજય સાથે આ વાતો થઈ રહી હતી .

"પણ જીવનમાં પૈસો જ બધુ નથી હોતો યાર તું એને મળવા જા, તમે ક્યાંક ફરવા જાવ, એકબીજાને જાણો અને સાથ માણો,"

"એ બધું તો આખી ઝિંદગી પછી છે જ અને વિજય રૂપિયો બધું નથી પણ ઘણું બધું તો છે જ. રૂપિયા કે સગવડ વિના ઘરવાળી પણ નહીં રહે. પેલાની સ્ત્રીઓ ગમે ત્યાં ગામડામાં કઈ સગવડ વિના જીવન પસાર કરી લેતી પણ હવે ઘરનું મકાન જોઈએ, સારા ટુ વ્હિલર અને ફોર વ્હિલર જોઈએ, આર.ઓ પ્લાન્ટ જોઈએ, એલ.ઇ.ડી.ટી.વી જોઇએ, ફ્રીજ,વોશિંગ મશીન, એ.સી, બહાર ફરવા જોઈએ, સારી હોટલમાં ખાવા જોઈએ. એટલે ભાઈ બધું વિચારવું પડે અને કાલે સવારે બાળકો થાય તો એના માટે બધી પૂર્વ તૈયારી કરવાની."

"બહુ પ્લાનિંગ હો તારું !!! "

"આયોજન તો કરવું પડે ને યાર, ચોક્કસ દિશા વિના તો દરિયામાં મોટા મોટા વહાણ પણ ભુલા પડી જાય તો આ તો આખી ઝીંદગીનો સવાલ છે."

આમ કહી **વ્યોમ** એકદમ આત્મવિશ્વાસ સાથે અને આંખોમાં ભવિષ્યના સ્વપ્નો પૂર્ણ કરવાની ઘેલછા સાથે વર્ગખંડમાં સામાજિક વિજ્ઞાન ભણવવા જતો રહે છે.

વ્યોમ એક ગરીબ પરિવારમાંથી જાત મહેનત ઝિંદાબાદ આગળ વધી આજે સરકારી નોકરીમાં લાગ્યો હતો. બાળપણ એકદમ સંઘર્ષ સાથે વીત્યું. બે ભાઈ અને એક બહેનના પરિવારમાં વ્યોમ બધાથી મોટો એટલે કંઈક બન્યા સિવાય છુટકારો હતો જ નહીં, પિતા કાળીમજૂરી કરે તો પણ પરિવારને પૂરતું પોષણ આપી શકે નહિ, આથી એણે નાનપણથી જ નક્કી કરી લીધું હતું કે ખૂબ પૈસો ભેગો કરશે, ખૂબ પ્રતિષ્ઠા મેળવશે અને બહુ મોટા પદ પર આગળ વધશે. અને એણે મહેનત કરી એ કરી પણ બતાવ્યું. . સામે

જ ગ્રેજ્યુએટ છોકરીનું માગું આવતાં એણે બેય સરકારી નોકરી કરશું તો ઘણો સપોર્ટ રહેશે એ પ્લાનિંગ સાથે ધરા સાથે સગાઈ કરવાનું નક્કી કર્યું. અને આયોજન હોય જ ને એ સ્વાભાવિક છે .આ યુગ જ એવો છે જ્યાં જો તમે દુનિયાના તાલ સાથે તાલ ન મિલાવો તો તમે "બેકવર્ડ"કહેવાવ.

વ્યોમને એના જીવનમાં શું કરવાનું છે એ બધું નક્કી જ હતું. વધારાનો કોઈ ખર્ચ કરે નહિ, કમાણી અને બચત એ બન્નેમાં એણે માસ્ટર ડીગ્રી મેળવી હતી. ગામની શાળામાં નજીકમાં જ ૧૦ કિમી દૂર શહેર હતું જ્યાંથી જ મોટાભાગના નોકરિયાત મિત્રો અપડાઉન કરતાં હતાં પણ વ્યોમ એ ખર્ચા બચે, ગામડામાં ભાડું સસ્તું હોય અને ચાલીને જ સ્કૂલે જઇ શકાય એ માટે ત્યાં ગામડામાં જ રહેવાનું પસંદ કર્યું હતું.

"અનેક આશા છે આ થનગનતા મનમાં, વમળ બની વિહરી રહ્યા છે અનેક વિચાર,

સ્વપ્નો જોયા છે ખુલ્લી આંખે જે વર્ષોથી હવે કરશું એને સાકાર .."

આખરે એ દિવસ આવી જાય છે. ધરા અને વ્યોમની સગાઈનો દિવસ. રંગબેરંગી ફૂલોથી આખા ઘરને શણગારવામાં આવે છે.

"આ ફંક્શન તો કોઈ મોટા હોલમાં કે પાર્ટી પ્લોટમાં રાખવાનું હતું ને ધરા. ?"

ધરાની બાળપણની મિત્ર ચાંદનીએ એને તૈયાર કરતાં કરતાં પૂછ્યું..

"એવું જ હતું પણ વ્યોમ એ કીધું કે હજી લગ્નમાં પણ ખર્ચ આવશે અને અત્યારથી જ થોડું ધ્યાન રાખીએ તો બન્ને પરિવારને થોડું આર્થિક બચત રહે. "

"એટલે એણે કીધું અને તે માની પણ લીધું ?"

"કેમ નહિ? માનવું તો પડે જ ને . એ મારા ફ્યુચર હસબન્ડ છે, એની દરેક વાત દરેક ઇચ્છા મારા માટે સર્વોપરી . "

"હુઊંઊંઊં. . ધરા તું તારી પર્સનાલિટીથી તદ્દન અલગ વાત કરી રહી છે."

"હા, પણ હવે જે છે એ વ્યોમ જ છે ને મારાં માટે. "

"તને એની સાથે પ્રેમ પણ થઈ ગયો લાગે. "

"હમમમ. . પ્રેમ તો ત્યારે જ થઇ ગયો હતો જ્યારે કેસર માસી પહેલી વાર એની તસ્વીર લઈને ઘરે આવ્યાં હતાં. એ સીધાં આંખોમાંથી હૃદયમાં પ્રવેશી ગયાં. જ્યારે એ પહેલી વાર મળવા આવ્યાં ત્યારે એની વાત કરવાની રીત, એ આજુબાજુ હોય ત્યારે જે મારા દિલમાં અનુભવાય એ મેં ક્યારેય નથી અનુભવ્યું. "

ધરાના હૃદયની બધી લાગણીઓ એ ચાંદની સમક્ષ વર્ણવી રહી હતી.

"પણ ધરા ક્યારેય વ્યોમ એ તને કહ્યું છે એ પણ તારા માટે આ જ અનુભવે છે કે નહીં. ?"

****

પરિવારના આઠ થી દસ સભ્યો સાથે સગાઈ માટે નીકળેલ વ્યોમ મનમાં કંઈક અલગ જ ગડમથલ સાથે આવી રહ્યો હતો.

"તો ભાઈ કેવું લાગે છે તને આજે? "

એના પિતરાઈ ભાઈ એ એને મજકના અંદાજમાં પૂછ્યું.

"સારું લાગે છે. !!! "

"સગાઈ પછી ધરાને કંકુ પગલાં માટે લઈ આવવાની છે હો. " એના ભાભી એ કીધું.

"ના, ના ભાભી એ લેવા મુકવા અને પછી આ આપવું અને પેલું આપવું એ બધું અત્યારે ના પોસાય, તમને ખબર છે મારે અત્યારે સો કામ હોય, આ સગાઈ પણ એટલે જ સાદાઈથી અને ફટાફટ કરી લેવા માટે કહ્યું . બાકી કેસરમાસી અને એ બધાં તો મોટા પાયે કરવાનું કહેતાં હતાં, હજી આપણે પાછળ આખી સેના બાકી છે બરાબર ને ? "

"હા, એ બરાબર પણ તમે એકબીજા સાથે થોડો સમય તો વિતાવો, એકબીજાને જાણો, પ્રેમભરી વાતો કરો. આ જ સમય છે બાકી લગ્ન થઈ ગયા અને સંસારમાં પડી ગયાં પછી તો અમારા જેવું થાય !!! . "ભાઈ એ હસતાં હસતાં કીધું .

વ્યોમ એ "હા "કીધું અને મનમાં વિચાર્યું,

"અરે એનાં માટે હજી આખી ઝિંદગી પડી જ છે ને અત્યારથી શું ઉતાવળ કરવી, મારે હવે લગ્નનો ખર્ચ અને એ બધાં વિશે પણ

આયોજન કરવું પડશે. ધરા માટે એક ઘર લેવાનું છે આ ભાડાના મકાનમાં તો એ કેમ રહી શકશે !!"

****

"એમણે ક્યારેય કીધું તો નથી પણ આ એરેન્જ મેરેજ છે તો થોડો સમય તો આપવો જ પડે, હું સીધી એવી અપેક્ષા રાખું કે એને પણ મારી જેમ જ ફીલિંગ્સ હશે તો એ વાજબી ન કહેવાય"

ધરા એ ચાંદનીને પ્રત્યુતર આપ્યો. પછી એણે વ્યોમ માટે લીધેલ ગિફ્ટ "મ્યુઝિકલ ડાન્સિંગ કપલ"બતાવ્યું.

ચાંદનીને બહુ ગમ્યું અને એ મનમાં ખુશ પણ હતી કે બધું બરાબર જ છે ને સરકારી નોકરી છે છોકરાને, છોકરો બધી રીતે વ્યવસ્થિત, કુટુંબનું નામ પણ સારું . બીજું ધરાને શું જોઈએ ? વધુમાં એણે ધરાને ગામડામાં રહેવા માટે ફોર્સ પણ નથી કર્યો. ધરાને જ્યાં રહેવું હોય ત્યાં રહેવાની છુટ આપી છે. ધરાને આગળ બી.એડ કરવા માટે પણ એણે હા પાડી છે, લગ્ન પછી નોકરી મળે તો એ પણ કરવા તૈયારી બતાવી છે. પરફેક્ટ કપલ કહેવાય આને બીજું કંઈ ન ઘટે આમાં. "

*****

ગણતરીના કલાકોમાં એ ક્ષણ આવી જાય છે જ્યારે ધરા અને વ્યોમ એકબીજાની સામે હોય છે.

વ્યોમ સાદા ખાદીના કુર્તા અને પાયજામામાં પણ કોઈ રાજકુંવરથી ઉતરતો ન હતો લાગતો . જ્યારે ધરા તો આજે સોળ શણગાર સજીને પ્રિયતમની રાહ જોતી કોઈ અપ્સરા જેવી લાગતી હતી. આછા ગુલાબી રંગના ચણીયાચોલીમાં એ વ્યોમની સન્મુખ આવીને ઊભી રહી જાય છે.

સગાઈની વિધી શરૂ થાય છે. સૌ પ્રથમ વ્યોમના ઘરેથી આવેલ સગાઈની ચૂંદડી ધરાને અર્પણ કરવામાં આવે છે અને એને કંકુ તિલકથી વધાવવામાં આવે છે. વ્યોમને પણ શ્રીફળ આપી કંકુ તિલક કરવામાં આવે છે. એટલે જ તો સગાઈને શ્રીફળ વિધિ પણ કહેવામાં આવે છે. . ત્યાર બાદ વ્યોમ ધરાને અંગૂઠીમાં સોનાની વીંટી પહેરાવે છે અને ધરા પણ વ્યોમને વીંટી પહેરાવે છે. બંનેના સંબંધને આજે સામાજિક સ્વરૂપ મળી જાય છે. થોડી ફોટોગ્રાફી થાય છે . બંને થોડીવાર વાતચીત કરે છે. વ્યોમ પણ ધરાને પેંડેન્ટ સેટ ભેટમાં આપે છે. .

વડીલોની હાજરીમાં બે મહિના પછીની લગ્નની તારીખ પણ નક્કી થઈ જાય છે . વ્યોમ થોડો ચિંતામાં આવી જાય છે કે બે મહિનામાં જ બધી તૈયારી કરવાની છે, બધો કેમ મેળ થશે. !!!

અને ધરા વ્યોમની થવા માટે ઉત્સાહિત થઈ જાય છે.

રાતે પોતાના રૂમમાં ધરા સુવાની તૈયારી કરી રહી હતી. એ વ્યોમના ફોનની રાહ જોઈ રહી હતી. સગાઇની તાજી તાજી સ્મૃતિઓથી મન છલકાઈ રહ્યું હતું.

"હવે થોડાક દિવસમાં મને વ્યોમ એનાં ઘરે કંકુ પગલાં કરવા લઈ જશે, ત્યાં અમે સાથે રહી શકશું, એકબીજાને વધુ જાણી શકશું. એ સ્વપ્ન એ જોઈ રહી હતી.સગાઈ તો સાદાઈથી કરી લીધી પણ હવે લગ્ન થોડાં ધામધુમથી કરવા કહીશ અને લગ્ન પછી બીજે ક્યાંય નહીં પણ શિમલા અને કુલુ મનાલી જવા માટે વ્યોમને કહીશ. "

કાવેરીબેન ત્યાં ધરાના રૂમમાં આવે છે અને એને કહે છે.

"હવે જલ્દીથી સુઈ જજે, હમણાં આ સગાઈની દોડધામમાં આરામ જ નથી કર્યો તે અને તારા બી.એડ ના એડમિશન વિશે પણ કાલે આપણે જવાનું છે. "

મમ્મી બેસોને અહીંયા.

ધરા ત્યારબાદ એમના ખોળામાં માથું રાખી સુઈ જાય છે.

"શું થયું ? "

"બસ, ખાલી હવે બે મહિના પછી હું આ ઘર અને તમને બધાને છોડીને જતી રહીશ એટલે . "

"અરે, તું એક ઘરમાંથી બીજા ઘરે જઈશ, આ ઘર હંમેશા તારું હતું, છે અને રહેશે. જયનું પણ પછી પેલા મારી દીકરીનું. "

"મમ્મી થોડી બીક પણ લાગે છે . વ્યોમ મને સમજાતા નથી એ કઈક અલગ જ વ્યક્તિ છે."

"પુરુષ એવા જ હોય, ઉપરથી કઠણ પથ્થર જેવા અને અંદરથી રૂ જેવા નરમ અને અત્યારે એને કમાણી કરવી, પરિવારની જવાબદારી બધું જોવાનું હોય પણ એકવાર તમારા લગ્ન થઈ જશે

અને તમે એકબીજાને સમય આપશો એટલે આપોઆપ એકબીજાને સમજવા લાગશો. " કાવેરીબેન બોલ્યા.

તેઓ આગળ વાત વધારે છે.

"અને એક સ્ત્રી તરીકે, પત્ની તરીકે તારે ઘણું જાતુ કરવું પડશે અને ઘણું સહન પણ કરવું પડશે. તારા પોતાના શોખ, તારી પોતાની ઈચ્છા ઘણીવાર ઘોળીને પી પણ જવી પડશે. **પામવું એ જ પ્રેમ નથી, આપવું એ પણ પ્રેમ જ છે. આ એક હૃદય બસ કોઈ એકના સરનામે સતત ધબકે એ પ્રેમ છે. "**

"તો મમ્મી બધી અપેક્ષાઓ ફક્ત એક સ્ત્રી કે પત્ની પાસેથી જ કેમ? બન્ને પાસેથી સમાન કેમ નહિ ? સહન ફક્ત સ્ત્રી જ કેમ કરે ? જતું ફક્ત સ્ત્રી જ કેમ કરે ? "

"એ વર્ષોથી ચાલ્યું આવે છે અને કદાચ સ્ત્રી સક્ષમ છે એટલે, એ પાણીની જેમ બધા પાત્રોમાં સમાઈ જાય એનો આકાર ધારણ કરી લે છે એટલે અને બાકી છેલ્લે એ સ્ત્રી છે એટલે !!! કારણ આ સમાજ, કુટુંબ અને દુનિયા પુરુષપ્રધાન છે અને રહેવાની એટલે. !!! "

"સાચી વાત છે મમ્મી, હું નવા કુટુંબમાં બધી રીતે સેટ થવા પુરા પ્રયત્ન કરીશ. મમ્મી મારે રસોઈ પણ શીખવી છે. "

"હા, કાલથી જ કલાસ ચાલુ કરીએ બોલ પેલા શું શીખવું છે. ? "

"શાક રોટલી દાળ ભાત એ તો બધું આવડે છે મારે દાળ બાટી અને પુરણ પુરી બનાવતા શીખવી છે. "

ધરા મનમાં "કારણ કે એ વ્યોમને ભાવતી પ્રિય વસ્તુ છે."

કાવેરીબેન ધરાને હકારાત્મક ઉત્તર આપી અને ત્યાંથી જતા રહે છે.

ધરા ધીમે ધીમે વ્યોમમય થતી જતી હતી. એ હવે દરેક વસ્તુ ને વ્યોમની દ્રષ્ટિથી જોવાનો પ્રયાસ કરતી હતી.એને શું ગમે, શું ન ગમે એ બધું એ જાણવા ઉત્સુક રહેતી.

વ્યોમનો ત્યાં ફોન આવે છે. .

"હેલ્લો, સુઈ તો ન હતી ગઈ ને. ? "

"ના, ના તમારા ફોન ની રાહ જ જોતી હતી."

"થોડો હિસાબ કિતાબમાં હતો હું, રોજ કેટલો ક્યાં ખર્ચ થયો એની હું નોંધ રાખું એટલે હમણાં આ સગાઈમાં બે ચાર દિવસ લખાયું ન હતું એટલે એ પૂરું કરતો હતો. "

"હમમ બહુ સારું કહેવાય. "

"તું શું કરે ?"

"હું બસ અભિસારિકા બની તમારી રાહ જોઉં. "

"હવે, બસ બે મહિના જ છે ને પછી તો આપણે સાથે જ છીએ. બહુ તૈયારી કરવાની છે અને મારે સ્કૂલમાં પણ બહુ વર્ક રહે છે, લગ્ન પર પણ રજા મુકવી પડશે એટલે આ બે મહિના તો ખેંચવું જ પડશે. અરે હા, જો હવે સમય ઓછો છે એટલે તને લેવાં મુકવા કે કંકુ પગલાં માટે નહીં પહોંચાય હો. !!! "

ધરા થોડી સ્તબ્ધ થઈ જાય છે, એ જે સ્વપ્ન સેવી રહી હતી એ ફક્ત એક વાક્યથી તૂટી ગયું હતું.

"વાંધો નહિ વ્યોમ, હું સમજી શકું છું અત્યારે તમારા પર જ છે બધું. "

"થેન્ક્સ, એટલે જ મેં તને પસન્દ કરી કે સરખું એજ્યુકેશન હોય તો એકબીજાને સારી રીતે સમજી શકે."

ફોન મૂકી ધરા બે મિનિટ માટે અવાચક બની જાય છે.અજાણતા જ એની પાસે રહેલ કાચનો ગ્લાસ નીચે પડી જાય છે અને એ તૂટે છે અને એનો તૂટવાનો અવાજ આવે છે.

ખોટું કીધું છે લોકોએ કે હૃદય કાચ સમાન છે. કારણ કે કાચ તૂટે તો અવાજ આવે છે પણ હૃદય તૂટે તો અવાજ નથી આવતો !!

આજે પહેલી વખત ધરાનું હૃદય તૂટ્યું હતું. પણ એણે સહજ રીતે આ વાતનો સ્વીકાર કરી લીધો હતો.આ કથાની નાયિકા બનીને દ્રશ્યમાન થવાની આ શરૂઆત હતી.

ધરા બીજા દિવસે રસોઈ બનાવતા શીખે છે. ત્યારબાદ પંકજભાઈ અને ધરા બી.એડ પ્રવેશ માટે અરજી આપવા માટે જાય છે.

વ્યોમ પણ લગ્નની તૈયારીઓમાં વ્યસ્ત થઈ જાય છે . શહેરમાં નવું ઘર જોવા માટે વિજય સાથે જાય છે વધુમાં લોન અને બીજી બધી પ્રક્રિયાની જાણકારી મેળવે છે.

નોકરિયાત અને મધ્યમવર્ગ માટે ઘરનું ઘર અને ગાડી વસાવવી એ એવરેસ્ટ ચઢવા જેવું કામ કહેવાય. બીજા ગર્ભસીમંત લોકો કરતાં આ બાબતે આ લોકોને વધુ સંઘર્ષ કરવો પડે.

વ્યોમ - "લગ્ન પછીના પાંચ વર્ષ તો એકદમ બચત કરવી પડશે, એમાં પણ આ લોનના હપ્તા શરૂ થશે એટલે થોડું વધુ ધ્યાન રાખવું પડશે."

વિજય - "બચત અને કમાણી આ બે સિવાય કઈ હોય તો કે તારી પાસે."

વ્યોમ - "છે ને મારા માતા પિતા છે, એક ભાઈ છે એક બહેન છે અને હવે ધરા છે . એ બધાં માટે જ તો આ કરું છું કે એમને સારી લાઈફ આપી શકું. એક પણ વસ્તુ વગર ચલાવી ન લેવા જોઈએ હવે. અને ધરા પણ બી.એડ કરી લ્યે એટલે એને પણ સારી નોકરી મળી જાય એટલે અમે બન્ને થઈને આ બધું સારી રીતે સંભાળી લેશું"

વિજય - "ચાલ હવે લગ્નની કંકોત્રી માટે પણ ડિઝાઇન જોઈ આવીએ."

***

"ધરા લગ્ન અને બી.એડ બધું જોડે થશે તારે . તને વાંધો તો નહીં આવે ને?"બી.એડ એડમિશન ફોર્મની કાર્યવાહી પૂર્ણ કરીને ચાંદની ના ઘરે આવેલ ધરાને ચાંદની આમ કહે છે.

ધરા - "સાચું કહું એલી તો મને આ ભણવામાં અને આગળ નોકરી કરવામાં રસ નથી. મારે બસ વ્યોમની સાથે રહેવું છે. મને ગાડી, મકાન કે સુખ સગવડ કરતા પણ પતિનો સાથ મળે, અમે સાથે જમીએ, ઘણી બધી વાતો કરીએ, હસીએ, મજાક કરીએ અને બસ એકબીજાના થઇ જઇએ એ જ જોઈએ."

ચાંદની - "તો પછી તું વ્યોમને કહી દે કે તારે લગ્ન પછી નોકરી નથી કરવી અને એની સાથે રહેવું છે."

ધરા વિચારવા લાગે છે કે આ કહેવું કે નહીં . પણ પછી હજી તો બી.એડ બાકી છે એ થઇ જાય પછી કંઈક વાત કરીશ ત્યાં સુધી અમે બન્ને એકબીજાને સમજવા પણ લાગ્યા હશું.

****

"પણ હવે લગ્ન તો અમારી બાજુથી તો ધામધૂમથી જ રહેશે. અમારાય કંઇક અરમાન હોય ને દિકરીને પરણાવવાના "

લગ્ન પહેલાં ધરાના ઘરે આવેલા કેસરબેન અને વ્યોમના માતા પિતા તેમજ ભાઈ વચ્ચે આ વાતચીત થાય છે.

"એ કોઈ વાંધો નથી અમે ૬૦ થી ૭૦ માણસ આવશું વધારે નહિ એટલે તમે એ પ્રમાણે આયોજન કરજો. વ્યોમ એ તો સાવ ઘરના સભ્યોની હાજરીમાં જ લગ્ન માટે કીધું છે પણ અમેય સમાજમાં રહીએ છીએ એટલે વ્યવહાર તો સાચવવા પડે ને પંકજભાઈ."વ્યોમના પિતા મુકેશભાઈ એ કહ્યું.

ધરાને આ દરમિયાન વ્યોમનો ફોન આવે છે.

"હેલ્લો બધું બરાબર ચાલે છે ને? "

"હા, બસ લગ્નની તૈયારીઓની વાતો કરે છે. "

"હા, બહુ ટૂંકા ગાળામાં લગ્નની તારીખ આવી ગઈ એટલે થોડી પરેશાની વધુ છે. ધરા શક્ય હોય તો જેટલું બને એટલું ટૂંકમાં થઈ જાય એ માટે બધાને કહેજે. લગ્ન એવી વસ્તુ છે જેમાં એક લાખનો ખર્ચ પણ કરી શકીએ અને દસ લાખનો પણ. ."

"હા, સાચી વાત છે. હું બને ત્યાં સુધી તમે કહ્યું એમ જ કરાવીશ. "

"લગ્નમાં જ એટલો ખર્ચ થઈ જશે કે પછી ક્યાંય બહાર ફરવા જવા માટે એક બે વર્ષ તો સ્કોપ જ નહીં રહે અને આમ પણ તારે બી.એડ કરવા જવાનું છે તો આપણે અત્યારથી થોડું ધ્યાન રાખીએ તો સારું. "

ધરા ફરી મૌન થઈ જાય છે અને એને ઘણું આશ્ચર્ય થાય છે.પણ પછી એ વિચારે છે કે બિનજરૂરી રૂપિયા ઉડાડી દેતા અને આગળ પાછળનો વિચાર કર્યા વિના બેફામ ખર્ચ કરનારા આજકાલના છોકરા કરતા વ્યોમ સારાં છે ભલે એ આમ કહે કારણ કે એ પોતે બીજે ક્યાંય પણ ખોટાં ખર્ચા કરતાં નથી.

ધરાના ધામધુમથી લગ્નનું અને લગ્ન પછી ફરવા જવાનું સ્વપ્ન હાલ તો અધૂરું રહ્યું પણ એ પરિસ્થિતિની આ પરીક્ષામાં સફળ રહી. ઘણીવાર એક જ વસ્તુ બે પરિપ્રેક્ષ્યમાં જોવાની હોય છે. બન્ને એની રીતે બરાબર હોય છે. આ સ્થિતિમાં ધ્યાન એ રાખવું પડે કે બન્ને એકબીજાને સમજી શકે. ધરા વ્યોમને ધીમે ધીમે સમજવા લાગી હતી. એનાં માટે પોતાની એક પછી એક એમ બધી ઇચ્છા સાથે એ સમાધાન કરતી જતી હતી.

"ચંદ્ર અને સૂરજ રહે આસમાનમાં બસ એટલો તારો અને મારો સાથ રહે. .

જીવનના દરેક વળાંક અને રસ્તા પર મારી સાથે તારો હાથ રહે. "

લગ્ન. . બે વ્યક્તિને વિધીવત સામાજિક રીતે જોડતું બંધન. લગ્નના અગ્નિ કુંડમાં ધીમે ધીમે ઘી અને જવની આહુતિ આપવામાં આવી રહી હતી.

"સર્વ મંગલ માંગલ્યે શિવે સર્વાર્થ સાધીકે. . શરણ્યે ત્ર્યમ્બકે ગૌરી નારાયણી નમોસ્તુતે. "

ગોરબાપા લગ્નના મંત્રો ઉચ્ચારી રહ્યાં હતાં. . બન્ને હાથ અને પગમાં મ્હેંદી, નખશિખ શણગાર, ઘેરા લાલ રંગના ઘરચોળામાં, થોડા થોડા ધુમાડાથી આંખોમાં સહેજે આવતા આંસુની સાથે ધરા આજે સ્વર્ગથી ધરા પર ઉતરેલી કોઈ અપ્સરા લાગી રહી હતી. એક સ્ત્રી સૌથી વધુ શણગાર એનાં લગ્નના દિવસે જ કરતી હોય છે.કારણ કે લગ્નના દિવસે સમગ્ર બ્રહ્માંડનું કેન્દ્ર બિંદુ વર અને વધૂ જ હોય છે.

આ બાજુ વ્યોમ પણ શિર પર પાઘડી, ગળામાં સોનાનો હાર, હાથમાં મહારાજા જેવી તલવાર અને શેરવાનીમાં જાણે હમણાં જ વસંત ઋતુ આવી હોય અને બાગ બગીચા મહેકયા હોય એમ મહેકતો હતો.

આ ધરા અને વ્યોમના મિલનનો દિવસ હતો. આજે બન્ને એકાકાર થઈ જવાના હતાં. ધરા જે દિવસની બે મહિનાથી રાહ જોઈ રહી હતી એ દિવસ આજે આવી ગયો હતો.

"હવે હું વ્યોમ સાથે રહીશ એની પત્ની બનીને એના સિવાય મારે કંઇ જોતું નથી .બસ એનો પ્રેમ અને સાથ હશે તો હું ખુશી ખુશી ઝિંદગી વીતાવી લઇશ. "

ધરા મનમાં આમ વિચારતી હોય છે.

"હવે મારે બધાંની સાથે સાથે ધરાનું પણ ધ્યાન રાખવાનું છે એના માટે ભલે મારે થોડોક સમય ગામડે એકલું રહેવું પડે પણ એને કઇ તકલીફ પડવા નથી દેવી. !!"

વ્યોમ મનમાં આમ વિચારી રહ્યો હોય છે.

***

લગ્ન વ્યોમની ઇચ્છા મુજબ જ સાદગીભર્યા રાખવામાં આવ્યાં હતાં. ધરા એ ઘરે બધાને આ માટે મનાવી લીધાં હતાં.

કન્યાદાનની વિધી પછી લગ્નના ચાર મંગળફેરા શરુ થાય છે. લગ્નના આ ચાર ફેરા એટલે ધર્મ, અર્થ, કામ અને મોક્ષ આ ચાર કર્મના ફેરા. જેમાં પ્રથમ ત્રણ મંગળફેરામાં વર આગળ અને વધૂ પાછળ રહે છે એટલે કે ધર્મ, અર્થ અને કામમાં હંમેશા સ્ત્રી પુરુષની પાછળ એને ટેકો આપવામાં તેમજ એનો પડછાયો બનીને રહે છે. જયારે ચોથા ફેરામાં વધૂ આગળ રહે છે એટલે કે જ્યારે પણ કોઈ મુશ્કેલી આવે કે મૃત્યુ આવે ત્યારે એ એનો સામનો કરે છે અને પતિને યમરાજથી પણ બચાવે છે. !! સાથે સાથે દરેક ફેરા વખતે ભાઈ જવ તલ હોમવા આવે છે. ફેરા ફરાઈ જાય ત્યાર પછી વ્યોમ ધરાને મંગળસૂત્ર પહેરાવે છે અને માથામાં કુમકુમનો સેંથો પુરે છે. .સમગ્ર સૃષ્ટિ આ લગ્નની સાક્ષી બને છે.

ધરા અને વ્યોમનાં લગ્ન સંપન્ન થાય છે અને ધરા વિદાય લે છે.

વિદાય. .

વસમી વેળા. .

વિરમતી વિહવળ વાચા . .

વણવિસરાતું વહાલીનું વદન. .

વેદના, વિવશતા અને વિસ્મયતા .

વિદાય વસમી વેળા. .વસમી વેળા . .

કાવેરીબેન ના આંસુ રોકાતા નથી અને એને જોઈને ધરા પણ ખૂબ રોવા માંડે છે. .

જે દિકરીને આવડી મોટી કરી એને એક જ દિવસમાં એક જ ક્ષણમાં તૈયાર કરીને બીજાને સોંપી દેવાની .આ તે કેવું ? ત્યાં સુધી કે એનું નામ પણ બીજા દિવસથી ધરા પંકજભાઈ નહિ પણ ધરા વ્યોમ થશે. !!! જે દિકરી પોતાની નાની અમથી વસ્તુ પણ કોઈ સાથે વહેંચતી ન હતી એ આજે પોતાનું આગળનું આખું જીવન કોઈને સમર્પિત કરવાં જઇ રહી છે. પારકી થાપણની જેમ જ દિકરી પણ પારકી કરી દેવાની. !!! સમાજની આ કેવી રીત છે !!!

ધરા પણ કાવેરીબેનને પકડીને ખૂબ રોવે છે . પંકજભાઈ હોલના ખૂણામાં જતા રહે છે એનાથી આ બધું જોવાતું નથી. એક પિતા હંમેશા કઠણ હોવાનું મનાય છે પણ એનું પણ હૃદય હોય, એને પણ લાગણી હોય અને એમાં પણ દિકરીની વાત આવે ત્યારે તો જગતમાં સૌથી વધુ પીડા પિતાને જ થાય. જે દિકરીને આંગળી પકડી ચાલતાં શીખવાડ્યું એ જ દિકરીનો હાથ પકડી આજે વિદાય આપવાની છે. એ રડતાં નથી બસ અંદરથી તૂટી જાય છે. ધરા એમની પાસે આવે છે અને એમને આલિંગનમાં લઈ લે છે.

ત્યારે પંકજભાઈની આંખોમાંથી શ્રાવણ અને ભાદરવો વરસવા માંડે છે આ જોઈને ત્યાં હાજર સૌ કોઈ પણ ભાવુક થઈ જાય છે.

"તારું ધ્યાન રાખજે અને બરાબર ખાઈ પી લે જે. અહીંયા જેમ અમે તારા માં બાપ છીએ એમ ત્યાં વ્યોમના માતા પિતાને તારા માં બાપ સમજજે, ક્યારેય નબળી પડતી નહિ મારી દિકરી, આજથી તારે એ ઘર પેલા અને આ ઘર પછી. "અને પંકજભાઈ ધરાને પકડીને રોવા લાગે છે.

"ના, પપ્પા મારે બેય ઘર સરખાં, તમે તમારું ધ્યાન રાખજો હો. "

ધરા ત્યારબાદ જયને મળે છે અને બાળપણની બધી સ્મૃતિઓ એની નજર સમક્ષ આવી જાય છે.

"હાશ ! હવે મને મારો પર્સનલ રૂમ મળી જશે !!!"

જય બોલે છે અને ધરાને ખીજવે છે.

"પપ્પા, આને કયો એ રૂમ મારો જ રહેશે. "

અને બન્ને એકબીજાને પકડી ખૂબ રોવા લાગે છે. . ભાઈ આખી ઝિંદગી બહેનને ખૂબ હેરાન પરેશાન કરે પણ જ્યારે કોઈ બીજું એને જરા પણ પરેશાન કરે તો મેળ ન પડે. બધા ભાઈ એવાં જ હોય. જય પણ ધરા ને કહે છે.

"ધ્યાન રાખજે તારું હો, બધું જમી લે જે અને અહીંયા આવજે થોડાં દિવસમાં, વ્યોમકુમાર મારી બેનનું ધ્યાન રાખજો હો એને કઈ તકલીફ ના પડે "

વ્યોમ બધાને નિશ્ચિંત કરે છે અને ધરા વ્યોમ સાથે ગાડીમાં બેસી નવા ઘર, નવા પરિવાર અને એક નવા સફર તરફ પ્રયાણ કરે છે.

હૃદયમાં અતૂટ પ્રેમ લઈને એ નીકળી પડી છે. એક અતૂટ પ્રેમની નાયિકા બનીને.

ધરાનો વ્યોમના ઘરમાં અને જીવનમાં પ્રવેશ થાય છે. મિલનની એ રાત્રિ આવી જાય છે. ધરા વિચારે છે કે હવે ઘણી બધી વાતો કરશું અને એકબીજાને સમજશું. ફોનમાં તો વાત થતી પણ એ મજા નહિ જે રૂબરૂ આવે.

વ્યોમ રૂમમાં આવે છે અને દરવાજો બંધ કરે છે. રૂમ ફૂલોની સુગંધથી મહેકતો હતો.ગુલાબની પાંદડીઓ ચારેતરફ પથારી પર હતી.

વ્યોમ ધરાનો હાથ પોતાના હાથમાં લે છે.ધરા થોડી શરમાય છે. વ્યોમ એને પોતાના આલિંગનમાં લઈ લે છે થોડી વાર માટે સમય રોકાઈ જાય છે. ત્યારબાદ વ્યોમ ધરાને પોતાના હાથેથી ચોકલેટ ખવડાવે છે અને દૂધ પીવા આપે છે એ પણ દૂધ પીવે છે.

ધરા- "વ્યોમ, મને વિશ્વાસ નથી આવતો કે આજે આપણે એક થઇ ગયાં. "

વ્યોમ ધરાના હોઠ પર હાથ રાખી - "શશશશ. આજે કઈ નહિ બોલવાનું . ખાલી એકબીજાને માણવાનું. "

વ્યોમ લાઇટ બંધ કરે છે .ગુલાબની પાંદડીઓ, ધીમો ધીમો આવતો પવન, એ પવનને લીધે થોડા થોડા ચલિત થતાં બારીના પડદા અને એકબીજામાં એકાકાર થતાં વ્યોમ અને ધરા. આખી રાત્રિ આ પ્રણય પળોમાં પસાર થઈ જાય છે.

સવારે ધરા તૈયાર થઈ ઘરનાં કામમાં લાગી જાય છે.ત્યાં વ્યોમને પંકજભાઈનો ફોન આવે છે.

ધરા મનમાં - "હજુ પાંચ દિવસ વ્યોમને રજા છે તો અમે સાથે રહેશું અને આજુબાજુમાં બધે જઇ આવશું. નવાં વરવધૂ એ લગ્ન પછી આમ પણ બધાંના આશીર્વાદ લેવા જવાનું હોય છે."

વ્યોમ - "હા, પપ્પા હું આજે જ તૈયારી કરી લઉં છું."

ધરા ઘરમાં બધાને ચા નાસ્તો આપે છે અને વ્યોમને પછી ચા નો કપ આપવા જાય છે.

બધા ત્યાં હોલમાં જ બેઠાં હોય છે. જૂનું મકાન હતું જે હાલ ભાડે હતું પણ ધરાને એનાથી કોઈ ફરિયાદ ન હતી એ આ ઘરમાં ખુશ હતી.

ધરા - "હું શું કહું છું. .".

વ્યોમ વચ્ચે જ અટકાવીને - "અરે, ધરા તું નહિ હું શું કહું છું એ સાંભળ, તારું એડમિશન ફાઇનલ થઈ ગયું છે. કાલે જ આપણે ત્યાં કોલેજે ડોક્યુમેન્ટ વેરિફિકેશન, ફી ભરવા અને હોસ્ટેલ જોવા જવાનું છે."

ધરાને જરા આઘાત લાગે છે.

"હોસ્ટેલ?"

વ્યોમ - "હા, તો તારી કોલેજ અહીંથી ૧૦૦કિમી દૂર છે અને અંતરિયાળ વિસ્તારમાં છે ત્યાં રહેવું જ પડશે અને આટલું અપડાઉન પણ ન થાય રોજ. વળી હું પણ ચાર પાંચ દિવસમાં રાજપરા જતો રહીશ. "

ધરા - "પણ. ."

વ્યોમ - "અરે, હું આવીશ ને તને મળવા, મમ્મી આવશે, પપ્પા આવશે, કિશન અને રિયા પણ આવશે. હું બહુ ખુશ છું તું ઘરમાં આવી અને બીજાં જ દિવસે તારું એડમિશન ફાઇનલ થઈ ગયું. "

ધરા કોઈ ન ભાવતું જમવાનું પીરસતું હોય અને હસતાં હસતાં ખાતી હોય એમ બધું પચાવી જાય છે.

એ ત્યાંથી રૂમમાં આવી જાય છે અને બારી ખોલી ઊભી રહી જાય છે. એ વિચારવા લાગે છે

“શું કરવું મારે. ? વ્યોમને ના પાડી દઈશ તો પણ ખરાબ લાગશે. એ કેટલાં ખુશ છે. પણ હજુ તો અમે એક રાત પણ સાથે નથી રહ્યાં ત્યાં આ બી.એડ એ અમને અલગ કરી દીધાં. સારું બીજું શું આગળ વધીએ હવે. ”

આ બાજુ વ્યોમ ધરાના હૃદયની તમામ લાગણીઓથી અજાણ કંઈક અલગ જ અંદાજમાં હોય છે.એના પ્લાનિંગ મુજબ બધું થઈ રહ્યું હોય છે. એ હવે ધરાની કોલેજ એ જઇ એના એડમિશન વગેરેનું બધું પૂર્ણ કરવા, એના ડોક્યુમેન્ટસ કલેકટ કરવા બધી તૈયારીમાં લાગી જાય છે.

***

બી.એડ કોલેજમાં ધરાનો પ્રવેશ થઈ જાય છે. પંકજભાઈ પણ ત્યાં આવ્યાં હોય છે. વ્યોમ ધરાની બધી ફી ભરે છે અને પંકજભાઈનો કહે છે.

“પપ્પા, હવે ધરાની બધી જવાબદારી મારી, તમારે હવે કોઈ ચિંતા કરવાની નથી.મેં બી.એડ માટે રૂપિયા એકત્ર કરીને જ રાખ્યાં હતાં.લગ્નમાં વધુ પડતો ખર્ચ એટલે જ નહતો કર્યો કે અમને જરૂર પડે ત્યારે કામ આવે.”

પંકજભાઈને વ્યોમ પર ગર્વ થાય છે. હોસ્ટેલ એડમિશન બધું પૂર્ણ કરી પંકજભાઈ ધરાના સાસરે આવે છે ત્યાં બપોરે જમીને પછી ધરાને ઘરે લઈ આવવાં માટે કહે છે.

“મુકેશભાઈ અને મીનાબેન, આમ તો હવે ધરા તમારી જ દિકરી કહેવાય પણ આ એક રિવાજ છે કે લગ્ન પછી પિયરે એને રોકાવા લઈ જવી. ”

ધરા ઘરે જવા ઇચ્છતી ન હતી પણ વડીલો વચ્ચે બોલવું પણ કેમ.

મુકેશભાઈ -"અરે એમાં કંઇ પૂછવાનું થોડું હોય. ધરા તમે જઈ આવો.આમ પણ તમારે આવતાં અઠવાડિયેથી તો કોલેજે જવાનું થશે એટલે પછી તમે નહિ જઇ શકો. "

વ્યોમ - "હા, જઇ આવ પપ્પા લેવાં આવ્યાં છે તો પછી એવું હશે તો ત્રણ દિવસ પછી હું આવીને લઈ જઈશ."

ધરા મને કમને તૈયાર થઇ જાય છે. વ્યોમ પંકજભાઈ અને ધરાને બસ સ્ટેન્ડ સુધી મુકવા જાય છે. ધરાના હાથમાં વ્યોમ થોડાંક રૂપિયા પણ આપે છે કે એને જરૂર પડે તો કામ લાગે.

બસ આવી જાય છે. ધરા એમાં બેસી જાય છે.

વ્યોમને બારીમાંથી એ જોયાં કરે છે. બે પળનો હજું સંગ પૂરો ન મળ્યો ત્યાં આ વિખુટા થવાનું આવી ગયું.

પણ આ સમય પણ જતો રહેશે અને જલ્દી વ્યોમ મને લેવા આવશે એ આશા એ મનને રાજી રાખે છે.

ધરાની બસ ચાલતી થાય છે એ વ્યોમથી દૂર જતી જાય છે.બન્ને એકબીજાને આવજો કહે છે. ધરાની આંખના એક ખૂણામાં આંસુ આવી જાય છે.

આ તે કેવો પ્રેમ છે ધરાનો જે વ્યોમના સરનામાને સતત શોધતો રહે છે. આ તે કેવું હૃદય જે એના સરનામે સતત ધબકતું રહે છે.

***

ધરા એકદમ ખુશી સાથે બધો સામાન પેક કરી રહી હતી.

કાવેરીબેન - "ઓહોહો, આટલી બધી ઉતાવળ ઘરે જવાની. !! "

ધરા - "હોય જ ને મમ્મી, હવે એ જ મારું ઘર કહેવાય અને અને ઉતાવળ એટલે કરું છું કે કાલે પછી વ્યોમ આવે અને હું ભૂલી જાવ કંઈ તો પછી. "

કાવેરીબેન - "બાકી બધું બરાબર છે ને કંઈ મનમાં હોય તો કહેજે. "

"મનમાં તો ઘણું બધું છે પણ મમ્મીને અત્યારે કહેવું કે નહીં એને વળી એમ થશે કે આ આળસુ છે એને આગળ ભણવું કે નથી એટલે આમ કહે છે. બી.એડ કરી લઉં પછી વાત બીજું શું. !!! "ધરા મનમાં વિચારે છે.

- "ના, ના મમ્મી બધું પરફેક્ટ. તમારા જમાઈ તો મારું બહુ ધ્યાન રાખે હો. !!!"

કાવેરીબેન આ સાંભળીને ખુશ થઈ જાય છે.

થોડીવાર પછી ધરાને વ્યોમનો ફોન આવે છે.

"હેલ્લો, શું કરે, મજામાં, જમી લીધું. ?"

"હા, તમે શું કરો?"

"હું બસ જમીને આવ્યો રૂમ પર. ધરા એક ઇસ્યુ થયો છે. "

ધરા ના હૃદયમાં ધ્રાસ્કો પડે છે.

"શું. ?"

"મારે કાલે કલેકટર ઓફિસમાં મિટિંગ આવી ગઇ છે અને ચૂંટણી લગત મિટિંગ છે એટલે હું ગેરહાજર પણ રહી શકું એમ નથી. તો શું કરું. ? "

"ઓહહ. "

"કાલે નહિ અને પરમદિવસે આવું તો ચાલશે. ?"

ધરા અવાચક થઈ જાય છે. એણે તો બધો સામાન પણ પેક કરી લીધો હતો.એ વ્યોમને મળવા આતુર થઈ રહી હતી.

"વ્યોમ મને તમારી બહુ યાદ આવે છે. જલ્દી મને લઈ જાવ હવે. મને ક્યાંય ગમતું નથી "

વ્યોમ હસવા લાગે છે - "અરે, તું કેવી વાત કરે છે હું આવીશ જ ને પરમદિવસે સવારે વહેલો આવી જઈશ બસ."

"પણ પછી બે દિવસમાં તો મારે પાછું કોલેજ એ જતું રહેવાનું થશે."

"હવે તો આપણે આખી ઝીંદગી સાથે જ છીએ ને? થોડા સમયમાં ફરી સાથે રહેવા લાગશુ. "

વ્યોમનું આ આશ્વાસન ધરાને ગળે ઉતરતું નથી પણ છતાં એ સ્વીકારી લે છે.

"કદાચ હું જ અધીરી અભિસારીકા બની ગઈ છું. વ્યોમની વાત સાચી છે . આ બધું તો જીવનનો હિસ્સો છે .આમ હું કરું એ બરાબર ન કહેવાય. "

ધરા વધુ એક દિવસ પરિવાર સાથે વીતાવે છે. ચાંદની એને મળવા ઘરે આવે છે.બંને વચ્ચે વાતચીત થાય છે.

ધરા - "હું થોડી વધુ પડતી જ અપેક્ષા રાખવા લાગી છું વ્યોમ પાસેથી."

ચાંદની - "તો એક પત્નીને એનાં પતિ પાસેથી અપેક્ષા ન હોય તો કોની પાસેથી હોય."

ધરા - "પણ જે ઇચ્છાઓ છે એ પૂર્ણ નથી થતી એટલે ગમતું નથી."

ચાંદની - "પણ તું તારાં મનમાં જે છે એ વ્યોમને કહી દે બધું. "

ધરા - "મેં ઘણી કોશિશ કરી. પેલી રાતે કંઇ વાતચીત જ ન થઈ. પછી મારા આ એડમિશન પાછળ, હું કહું તો એ હસવા લાગે અને કહે કે હજી આખી ઝિંદગી છે તું વ્યર્થ આ બધું લઈને બેઠી છો. "

ચાંદની - "ધરા શરૂઆતથી જેવું હશે એવું જ પછી છેક સુધી રહે નહિ, મને એવું લાગે છે કે તારે હજી ઘણું જાતુ કરવું પડશે. "

ધરા - "વ્યોમ જો મને મળતા હોય અને એને ખુશી મળતી હોય એ દરેક વસ્તુ હું કરવા તૈયાર છું. એટલે જ તો બી.એડ કરવા તૈયાર થઇ ગઇ છું."

****

બીજાં દિવસે વ્યોમ ધરાને પરત ઘરે લેવાં આવી જાય છે, ઘરે આવીને ધરા વ્યોમને ભેટી પડે છે.

ધરા - "તમે બહુ વાર લગાડી મને લેવા આવવામાં, હું કાલની રાહ જોઇને બેઠી હતી."

વ્યોમ - "અરે, મારે મિટિંગ આવી ગઈ હતી બાકી એવું ન હોય કંઈ, તું બહુ લાગણીશીલ સ્વભાવની છો. હું એટલો બધો નથી એટલે મારુ બહુ મનમાં લેવું નહિ. !!"

એમ કહી એ ધરાને એકદમ કસીને પોતાની નજીક લઇ લે છે. ધરા પણ વ્યોમમય થઇ જાય છે.

****

સમય બહુ વિસ્મય પમાડનાર વસ્તુ છે. હજુ હમણાં નયનો સમણાં જોતાં હતાં સગાઈ અને લગ્નના ત્યાં હવે લગ્નને એક વર્ષ પૂર્ણ થવા આવ્યું હતું. ધરાનું બી.એડ પૂર્ણ થવા આવ્યું હતું. આ વર્ષ ધરાને બહુ કઠણ લાગ્યું વ્યોમની થવા છતાં એ પૂરેપૂરી વ્યોમની ના થઇ શકી. વચ્ચે થોડી થોડી રજામાં મળવાનું થતું પણ એ પણ કહેવું પાંપણો ખુલે એટલે મળે અને બંધ થાય એટલે અલગ પડી જાય એ રીતનું.

"હવે બી.એડ પૂરું થઇ જશે એટલે અમે સાથે રહી શકશું. આ સમયની કેટલી આતુરતાથી હું રાહ જોઇ રહી હતી. હવે ક્યાંક ફરવા પણ જશું અને એકબીજાની વધુ નજીક પણ આવશું."

****

વિજય - "તો હવે તો ભાભીને બી.એડ પૂરું થઇ જશે એટલે તમે સાથે રહી શકશો"

વ્યોમ -"હા, જો ને લગ્ન થયાં ત્યારથી ક્યાં સમય જ મળ્યો છે. હું પણ આ એચ.ટાટ એક્ઝામની તૈયારી કરું છું ક્યાંક મેળ પડી જાય તો."

વિજય -"ક્યાંય ફરવા નથી જવું તમારે ?"

વ્યોમ - "હજુ તો કંઇ પ્લાનિંગ નથી ધરા ઘરે આવી જાય પછી કંઈક કરીએ."

***

ધરા વ્યોમને સરપ્રાઇઝ આપવા બે દિવસ વહેલી જ ઘરે આવી જાય છે. બધા ધરાને જોઈને ખુશ થઈ જાય છે.

ધરા - "મમ્મી, મારે બે દિવસ વહેલી જ રજા પડી ગઈ તો હું મારી રીતે જ આવી ગઈ."

મીનાબેન - "પણ કોઈને કીધું હોત તો તને લેવા આવી જાત ને. "

ધરા - "ના, હું વ્યોમને સરપ્રાઈઝ આપવા માંગતી હતી."

રિયા - "તો તો ભાભી એ વખતે તમને જ સરપ્રાઇઝ મળી ગયું. ભાઈ તો આજે જ ગયાં. "

ધરા - "કઇ બાજુ ?"

રિયા - "એમને ગાંધીનગર શિક્ષણનું કોઈ સંમેલન હતું મુખ્યમંત્રીના અધ્યક્ષ સ્થાને . એમાં એમનો ઓર્ડર આવ્યો આજે સવારે જ એટલે એ તાત્કાલિક નીકળી ગયાં. "

ધરા મનમાં - "મને એક વખત ફોન પણ ના કર્યો કે હું જાઉં છું. "

ધરા પોતાના રૂમમાં આવી સામાન ગોઠવી લે છે અને રૂમને સરખો કરી દે છે.લગ્નની તસ્વીર જે રૂમમાં લગાડી હોય એને એ નિહાળયા કરે છે.

સારું બે દિવસમાં તો પાછા આવતા રહેશે એમ વિચારી એ મન મનાવી લે છે.

પ્રેમનું આ કેવું રણ છે જ્યાં સતત એના હોવાનો મૃગજળ આભાસ થાય છે પણ એ કદી મળતું નથી !!!

જેને પામવા હ્રદય સતત પ્રયાસ કરે છે એ કેમ દૂર જતું રહે છે ?

સવારે વહેલી ઊઠી, સ્નાન કરી, ધરા ઘરના કામમાં મીનાબેનને મદદ કરે છે. વ્યોમ થોડીવારમાં આવવાના છે એ વિચારી એ જલ્દી કામકાજ કરી લેવા વિચારે છે.

મીનાબેન - "વ્યોમના આવવાની રાહ જોવે છે ને?"

ધરા શરમાઈને - "હા, મમ્મી એક તો એમના માટે હું જલ્દી જલ્દી કોલેજેથી આવી ગઈ અને અહીંયા આવી તો ખબર પડી કે એ જ નથી. !!"

મીનાબેન - "હમમમ, પતિ પત્નીનો આ સંબંધ જ એવો છે જેટલા પણ સાથે રહીએ ઓછું જ પડે એવો. "

ધરા - "મમ્મી, પપ્પા પણ તમારું કેવું ધ્યાન રાખે મેં જોયું છે એ."

મીનાબેન - "હવે, અમારા ભજન કિર્તનના દિવસો છે, તમે હવે ક્યાંક ફરી આવો અને આવીને સારા ન્યુઝ આપો. "

ધરા કઈ સમજી નહિ પણ એણે હા કહી દીધું.

ધરા એનાં રૂમમાં જઇ તૈયાર થાય છે.વ્યોમને ગમતી સાડી પહેરે છે. એને ગમતાં તમામ ઘરેણાં પહેરે છે અને એની રાહ જોવા લાગે છે.

થોડીવારમાં વ્યોમ આવી જાય છે. ધરાને મળવા એ ઉપર રૂમમાં આવે છે.

વ્યોમ - "ધરા . "

ધરા - (રિસાઈને બેસી જાય છે)

વ્યોમ - (એની પાસે આવી બેસી જઇ એનો હાથ પોતાના હાથમાં લઈને) અરે, પણ . આમ હોય . જો હું આવી ગયો.

ધરા - "હા, પણ મારું તમને સરપ્રાઈઝ આપવાનું રહી ગયું. "

વ્યોમ હસવા લાગે છે - "હા એ છે. પણ મારે અચાનક આમ ગાંધીનગર જવાનું થયું .નોકરીમાં તો આમ જ હોય, તું પણ નોકરીમાં લાગીશ એટલે તનેય ખબર પડશે. "

ધરા વ્યોમને ગળે મળીને - "તો તો મારે નોકરી જ નથી કરવી. મારે બસ તમારી સાથે રહેવું છે. "

વ્યોમ - "સાથે તો છીએ જ ને. પણ તું જોવે છે ને આપણે જ ઘરમાં મોટા છીએ, હવે મકાન આપણે જે બુક કરાવ્યું છે એનો લોનનો હપ્તો આવે છે, કિશન રિયા નું ભણવાનું એને પરણાવવાનું બાકી છે, આપણું ફ્યુચર પ્લાનિંગ, આ બધું કરવાનું છે. એટલે જ જ્યાં પાંચ રુપિયા થી પતે ત્યાં હું સાડા પાંચ પણ ના આપું. "

ધરા - "પતિ પત્ની વચ્ચે પ્રેમની પળો પણ હોવી જોઈએ ને? "

વ્યોમ - "ધરા પ્રેમથી બધું મળતું નથી, પૈસો હશે તો બધું આવશે. જો અત્યારે હું ગાંધીનગરથી બધા માટે કંઈક કઈક લાવ્યો છું એ જોઈને બધાં કેટલાં ખુશ થશે. જો હું એમનેમ આવું તો તું જે પ્રેમની વાત કરશ એ ક્યાંય અદ્રશ્ય થઈ જાય. !! "અને એ થોડો હસવા લાગે છે.

ધરા ધારદાર દલીલ કરવા માંગતી હોય છે પણ વ્યોમ હજી આવ્યાં જ હતાં એટલે એ ટાળે છે.

"તમે ફ્રેશ થઈ જાવ, હું નીચે ચા નાસ્તો તૈયાર કરું છું."

વ્યોમ - "કઈ રીતે ફ્રેશ થાઉં . !!!"એમ કહી એ ધરાને ગાલમાં ચુંબન કરવાં જાય છે.

ધરા એને થોડો દૂર કરીને -"એ બધું રાતે. "

વ્યોમની એચ.ટાટ ની પરિક્ષાની તારીખ પણ આવી ગઈ હોય છે.આમાં પાસ થયે એને આચાર્ય તરીકે નોકરી કરવાની તક મળવાની હતી.એટલે એ ગંભીરતાથી એની તૈયારી કરવામાં

હતો.એ ધરાને પણ આ વાત કહે છે. ધરા પરિસ્થિતિને સમજે છે અને હમણાં ફરવા જવાની વાત કહેવાનું પણ ટાળે છે.

રાતે વ્યોમ સામાન તૈયાર કરે છે.

ધરા - "હું પણ તમારી સાથે આવું. ?"

વ્યોમ -"તારે ગામડે આવવું ?"

ધરા - "મને ગામડું કે શહેર કે એનાથી કોઈ ફેર નથી પડતો, મને તમારાથી ફેર પડે."

વ્યોમ - "ત્યાં કઈ સગવડ નથી એક પુરાતન ગાદલું છે અને એક પંખો, બારી પણ તૂટેલી અને જીવજંતુ પણ આવે ."

ધરા - "હા, તો શું થઈ ગયું. !! "

વ્યોમ - "તને ત્યાં ન ફાવે, અમે તો ગમે એમ દિવસો કાઢી નાંખીએ. "

ધરા - "કેમ ન ફાવે ? બધું ફાવે. "

વ્યોમ એને આશ્વાસન આપે છે - "આ વખતે નહિ, હું ત્યાં થોડી સગવડ કરી લઉં પછી આપણે બેય જાશું. બાકી ગામવાળા કહેશે કે માસ્તર તો જો એનાં ઘરનાં ને પણ આમાં લઈ આવ્યો. સાવ લોભી છે. !! "

ધરા - "હા, તો માસ્તર લોભી જ હોય !!"

વ્યોમ - "ઊભી રે તો તું. આ લોભ ને બધું તમારા બધાં માટે જ કરું છું. બાકી મનેય ધૂમ બાઇક લઈને આંટા ફેરા ને આશીર્વાદ લેતાં આવડે. "

એમ કરી એ ધરાને પકડી લે છે અને બન્ને મજાક કરવા લાગે છે.

બીજે દિવસે સવારે વ્યોમ વ્હેલો ઊઠી ગામડે જવા નીકળી જાય છે. ધરા ગાઢ નિદ્રામાં હોય છે એટલે એને એ ઉઠાડતો નથી.

ધરા થોડા સમય પછી પથારીમાં બાજુમાં વ્યોમ ને સ્પર્શ કરવાં જાય છે.પણ પથારી ખાલી હોય છે.

એનાં હ્રદયના ધબકારા વધી જાય છે અને એ સફાળી જાગી જાય છે.

"ઓહ, હું સૂતી રહી અને આ જતાં રહ્યાં. "

થોડા દિવસમાં વ્યોમની પરીક્ષા લેવાય છે.ધરા એના માટે ઈશ્વરને પ્રાર્થના કરે છે.એના પેપર સારા જાય છે.

***

વ્યોમને ઉનાળુ વેકેશન પડે છે. એ ધરા સાથે કુલુમનાલી અને શિમલા જવા માટે તૈયારી કરે છે. ટુર પેકેજમાં બધું બુકીંગ કરી લે છે.

ધરા પણ ઉત્સાહિત હોય છે. એ બધું પેકીંગ કરી રાખે છે.

"ફાઇનલી અમે થોડો સમય સાથે રહી શકશું. આ દિવસોની હું આતુરતા થી રાહ જોઈ રહી હતી. ચાંદનીને ફોન કરીને કહું ચાલો. "

ધરા વારાફરતી ચાંદનીને, કાવેરીબેનને બધા ને ફોન કરી એનાં ફરવા જવાના પ્લાન વિશે કહે છે.

વ્યોમ આ બાજુ એનાં સ્વભાવની જેમ ક્યાં કેટલો ખર્ચ આવશે એ ગણતરીમાં લાગી જાય છે.કેટલાં રૂપિયા સાથે લઈ જવા જોશે એ બધો એ હિસાબ કરી લે છે.

***

"મળીને પણ મળતી નથી બધાંને, કેવી છે આ અધૂરી પ્રીત. .

જીતવા છતાં પણ હારી જવાય છે અને હારીને પણ મળે છે જીત. "

બીજા દિવસે ધરા અને વ્યોમ ને નીકળવાનું હોય છે. બંને ને રસ્તામાં ખાવા માટે મીનાબેન થેપલાં, સુકીભાજી, વેફર, સીંગદાણા બધું પેક કરી દે છે. સાથેસાથે અમુક વેફરને ભેજ લાગી ગયો હોય છે એટલે એ સીંગદાણા અને વેફરને અગાશી પર તડકે સુકવે છે.

ધરા અને વ્યોમ બંને ઘરેથી નીકળે છે. એમની બસ બપોરે બે વાગ્યે હોય છે.

ધરા એકદમ ખુશ હોય છે.

ધરા - "આપણે આ સફરને યાદગાર બનાવીશું."

વ્યોમ -"હા "

વ્યોમને ત્યાં ઘરેથી કિશનનો ફોન આવે છે.

"ઓહોહો. . ક્યારે ? બહુ કરી. . ચાલ અમે નીકળીએ છીએ અહીંથી. "

ધરા આ સાંભળે છે અને એનાં પગ નીચેથી ધરા ખસી જાય છે.

"ધરા, ચાલ આપણે ઘરે જવું પડશે. "

ધરા - "પણ શું થયું. ? બધું બરાબર તો છે ને? "

ધરા - "વ્યોમ, શું થયું છે? "

વ્યોમ - "મમ્મી, સીડી પરથી પડી ગયાં છે.ઉપર કંઈક સૂકવવા મૂક્યું હશે એ લઈને ઉતરતા હતાં તો પગથિયું ભુલાઈ ગયું."

ધરા - "ઓહો. બહુ વાગ્યું તો નથી ને? "

વ્યોમ - "વાગ્યું તો છે પગ અને કમરમાં વાગ્યું છે.એને હોસ્પિટલે લઈ ગયાં છે અત્યારે."

ધરા -"સારું તો ચાલો આપણે પણ સીધાં હોસ્પિટલે જ જઈએ."

અને એ બન્ને પાછા ફરે છે.

વ્યોમ - "હું ટુર ઓનરને કહીને આપણું બધું કેન્સલ કરાવું છું. છેલ્લી ઘડીએ આમ કેન્સલ કરશું તો ૬૦% જ રિફંડ મળશે. બાકી રૂપિયા ગયાં."

ધરા - "પણ હવે શું થાય આવી પરિસ્થિતિ હોય એટલે."

બન્ને હોસ્પિટલે આવે છે.

મીનાબેનને પગમાં ફ્રેક્ચર હોય છે અને એક મહિના સુધી પ્લાસ્ટર રાખવાનું કહે છે.

મુકેશભાઇ - "શું જરૂર હતી આજે જ આ બધું સુકવવાની અને જલ્દી જલ્દી પાછું લઈ આવવાની."

રિયા - "પપ્પા, પણ આવું કામ તો રોજ કંઈક ને કંઈક ઘરમાં મમ્મી કરતી જ હોય છે."

મીનાબેન - (રડતાં રડતાં) "તમે હવે ઓલા બેયને ન કહેતાં એને જાવા દેજો ફરવા, એક તો માંડ નક્કી થયું છે."

કિશન - "પણ મેં તો ફોન કરી દીધો."

મીનાબેન - "અરે, દિકરા એને ન હતું કેવું હમણાં, એ બન્ને બધું કેન્સલ કરી આવી જશે."

વ્યોમ - "આવી જશે નહિ મા, આવી ગયાં"

ધરા અને વ્યોમ બન્ને મીનાબેન પાસે આવે છે.

ધરા -"મમ્મી, કેમ કરતાં પડી ગયાં ? અત્યારે સારું છે કે? ડોકટર જોઈ ગયાં ને?"

મીનાબેન પછી બધી વાત કરે છે અને આગળ કહે છે - "મારાં લીધે તમારું પણ ફરવાનું બગડ્યું. "

ધરા - "અરે, મમ્મી એ તો બધું બરાબર થઇ જશે તમને તો ફરી પણ જવાશે, તમે અત્યારે એ બધી ચિંતા છોડો અને આરામ કરો. વ્યોમ, ચાલો આપણે ઘરે જઈએ અને બધા માટે જમવાનું લઈને પાછા આવીએ."

ધરા એ જે રીતે આ પરિસ્થિતિમાં પરિવારની કાળજી રાખી અને જે સમજદારી બતાવી એ માટે વ્યોમને અને પુરા પરિવારને એનાં પર ગર્વ થાય છે.

મીનાબેનને એક મહિનો સંપૂર્ણ બેડ રેસ્ટ આવે છે. એમને હોસ્પિટલમાંથી બીજા દિવસે ડિસ્ચાર્જ આપવામાં આવે છે.

કુલુમનાલી ના સપના જોતી ધરા પર અચાનક ઘરની જવાબદારી આવી જાય છે. અત્યારસુધી મોટાભાગનું કામ અને ઘરનું રાશન વગેરે એ જ બધુ જોઈ લેતાં પણ હવે એ બધું ધરાને જોવાનું આવી ગયું.

સાચું જ કહેવાયું છે કે, ન જાણ્યું જનકીનાથે પણ કે સવારે શું થવાનું. જીવનનું પણ આવું જ છે, જે વસ્તુ માટે આપણે અત્યંત ઉત્સાહથી રાહ જોતાં હોય એ કુદરતના કોઈના કોઈ બહાના હેઠળ દૂર થતી જતી હોય છે. ઘણાં સ્વપ્નો અને ઇચ્છાઓ સાથે

સમાધાન કરવાં પડતાં હોય છે. એવાં જ એક પછી એક સમાધાન ધરા કરતી જાય છે. વ્યોમને ધરાની આ મન:સ્થિતિનો ખ્યાલ પણ નથી આવતો.

મીનાબેનની કાળજી રાખવામાં, ઘરના બધાં કામકાજમાં અને જે લોકો એમનાં ખબર અંતર પૂછવા આવે એમની સરભરા કરવામાં જ ધરાનો દિવસ જતો રહેતો. દરમિયાન વ્યોમ ઘર માટે નવું વોશિંગ મશીન અને એલ.ઇ.ડી ટી.વી પણ લઈ આવે છે.

વ્યોમ - "પપ્પા થોડા ભેગાં થયાં હતાં તો વિચાર્યું ચાલો આ બે વસ્તુ લઈ લઈએ. કિશન કહે નહિ પણ બધાંને ત્યાં એલ.ઇ.ડી ટીવી હોય અને આપણે આ જૂનું ડબ્બા ટીવી હજી ચલાવતા એટલે વેકેશનમાં ભલે એ પણ નવું ટીવી જોતાં અને મમ્મી અને ધરાને પણ વોશિંગ મશીન હોય તો ઘરના કામમાં ટેકો રહે."

મુકેશભાઇ - "તારા જેવું બધાનું વિચારવાવાળા દિકરા ભાગ્યશાળી હોય એને જ મળે. બાકી અત્યારે સરકારી નોકરી હોય અને લગ્ન થઈ જાય પછી કોઈ ઘરનું કે ઘરવાળાનું વિચારે નહિ, પોતપોતાનું કરવામાં લાગી જાય."

દરમિયાન ત્યાં બધાં માટે ચા નાસ્તો લઈ આવેલા ધરા કહે છે.

ધરા - "કેમ ? અત્યાર સુધી માં બાપે કર્યું એ ભૂલી થોડું જવાનું હોય ? દિકરા અને વહુંની ફરજમાં જ આવે બધું . "

મીનાબેન - "સાંભળો છો, આ ઓલા ભવના કંઈક સારાં કરમ કર્યા હશે કે આવી વહુ મળી, એણે મારી આ સમયમાં એટલી સેવા કરી છે કે કોઈ સગી દિકરી પણ ના કરે "અને એ ભાવુક થઈને રડવા લાગે છે.

ધરા - "અરે, મમ્મી એ તો અમારી ફરજ આવે. ચાલો હવે તમે જલ્દી સાજા થઈ જાવ એટલે બસ."

*****

મહિનો પસાર થઈ જાય છે. મીનાબેન ધીમે ધીમે ચાલતા થઈ જાય છે. વેકેશન પૂર્ણ થઈ જાય છે.વ્યોમ ફરી ગામડે જતો રહે છે.

એક દિવસ સવારે કામ કરતાં કરતા ધરાને આંખે અંધારા આવે છે અને ચક્કર આવવા લાગે છે.

એ જ્યાં કામ કરતી હોય ત્યાં જ ઊભી રહી જાય છે.

મીનાબેન - "ધરા, દિકરા તબિયત સારી નથી કે શું ?"

ધરા - "ખબર નહિ ચક્કર આવે છે."

મીનાબેન - "તો એક કામ કર અહીંયા બહારે જઈએ."

એ ધીમેધીમે ધરાને બહાર લઈ જાય છે અને હવામાં બેસાડે છે. ધરાને થોડું સારું લાગે છે પણ પછી થોડીવાર પછી એને ફરી ચક્કર આવે છે અને ઉબકા આવે છે.

મુકેશભાઇ - "એક કામ કર આમને ડોકટરને બતાવી આવો. આ દોડાદોડી અને કામકાજમાં તબિયત બગડી લાગે."

કિશન, મીનાબેન અને ધરા બાજુમાં એક હોસ્પિટલમાં બતાવવા જાય છે.

***

વ્યોમ સાંજે ઘરે આવે છે. એને બે દિવસની રજા હોય છે.એનાં હાથમાં એક કવર હોય છે. એ ખૂબ ખુશ હોય છે.

આ બાજુ ધરાના હાથમાં પણ એક કવર હોય છે અને એ પણ ખૂબ ખુશ હોય છે.

વ્યોમ બધાં ને નીચે એકસાથે બોલાવે છે.

ધરાને એમ કે વ્યોમને ખબર પડી ગઈ છે એટલે એ આટલાં બધાં ખુશ છે.

વ્યોમ - "બધાં ને જણાવતાં અને મીઠું મોઢું કરાવતાં આનંદ થાય છે કે. ."

એ બધાને ત્યારબાદ પેંડા ખવડાવે છે.

મીનાબેન - "લ્યો, હજી આ બાપ બન્યો નથી એ પેલા મીઠું મોઢું કરાવે છે બધાંને."

વ્યોમ- "બાપ . ?!!!"

મીનાબેન - "જાણે આને કંઈ ખબર જ નથી."

વ્યોમ - "મમ્મી, પેંડા તો એટલે આપું છું કે હું એકઝામમાં પાસ થઇ ગયો અને સિલેકટ થઈ ગયો. હવે આચાર્યનો ઓર્ડર આવવાનો જ બાકી છે."

બધાં આ સાંભળી બહુ ખુશ થાય છે અને એને અભિનંદન આપે છે. કિશન અને રિયા એને ગળે મળે છે અને પાર્ટી પાર્ટીની બુમો પાડે છે.

મીનાબેન - "ચાલો, આ તો ડબલ ખુશી ની વાત થઈ ગઈ."

વ્યોમ - "ડબલ ખુશી ? "

મુકેશભાઈ - (વ્યોમના કાનમાં) "ધરા ને મહિના છે અને તું બાપ બનવાનો છે એમ કહે છે તારી મા "

વ્યોમ સ્તબ્ધ થઈ જાય છે. એને થોડી મિશ્ર લાગણી અનુભવાય છે.

બધાં નાચે છે, ધરા પણ ખુશ હોય છે, એ વ્યોમને પેંડો ખવડાવી અભિનંદન આપે છે.

રાતે રૂમમાં આવીને.

વ્યોમ - "ધરા, આ બધું કઈ રીતે ?"

ધરા - "કઈ રીતે મતલબ? "

વ્યોમ - "આપણે હમણાં ચાઈલ્ડ પ્લાન નહતું કરવાનું. "

ધરા વ્યોમની આ વાત સાંભળી ચોંકી જાય છે.

"પણ એ હવે થઇ ગયું તો શું કરવું. હવે તમે ખુશ થઈને સ્વીકારી લો."

વ્યોમ - "પણ હજી આપણે મેન્ટલી એ બાબત માટે તૈયાર નથી. મેં બાળક માટે કંઈ પ્લાનિંગ નથી કર્યું. ઘરના અને બીજાં ખર્ચા જ એટલાં છે એમાં બાળક આવશે, ડિલેવરી થશે તો એ બધાં માટે રૂપિયા તો જોશે ને?"

ધરા - "એ બધું થઇ જાય વ્યોમ, મને કોઇ તકલીફ નથી, હું આ બાળક માટે તૈયાર છું. આપણું ફેમીલી પણ કેટલું ખુશ છે આ સાંભળીને."

વ્યોમ - "ના, ના ઉતાવળ નહિ કરવી હજુ આપણે. એક કામ કર હજી બહુ દિવસ નથી થયાં .આપણે. "

ધરા - "વ્યોમ. ."(થોડું જોરથી)

ધરાને ગુસ્સો આવી જાય છે અને એ રૂમમાંથી બહાર જતી રહે છે.

વ્યોમ પણ હતાશ થઇ બેસી જાય છે.

વ્યોમ બીજાં દિવસે ધરા માટે ગર્ભપાત માટેની ગોળી લઈ આવીને આપે છે.

ધરાને બેસાડીને .

"જો હજુ આપણા લગ્નને ક્યાં ઝાઝો સમય થયો છે .હજુ આપણી આખી ઝિંદગી બાકી છે. બાળક તો આગળ પણ થાશે ને? આપણે પૂરતી તૈયારી સાથે કરશું."

ધરા - "વ્યોમ, જીવનમાં બધું પ્લાનિંગથી જ થાય એવું ન હોય, ઘણીવાર કુદરત સામે આવીને આપે તો આમ ઉદાસીન ન થઈ જવાય."

વ્યોમ - "હું પણ ઈચ્છું જ છું કે આપણે માતા પિતા બનીએ પણ હમણાં નહિ. તું આ ગોળી પી લે એટલે આ મેટર અહીંયા પુરી થાય."

ધરા - "આ સ્કૂલનું કોઈ ચેપટર નથી કે વાંચી લીધું ન ગમ્યું તો બંધ કરીને મૂકી દીધું."

વ્યોમ - "હવે આ વાત પર મારે ઝાઝી માથાકૂટ કરવી નથી . હું કહું એમ કર."

ધરા - "હું તમારી બધી વાત માનવ તૈયાર છું પણ આ નહિ. "

વ્યોમ ગુસ્સે થઈ ત્યાંથી જતો રહે છે.

ધરા ગોળીનું પેકેટ હાથમાં લઇ રડવા લાગે છે. એને વિશ્વાસ નથી આવતો કે વ્યોમ આવું કરવા કહે છે.એકબાજુથી પ્રેગ્નન્સીના લીધે કંઈ ભાવે નહિ તો બીજી બાજુ આ વ્યોમને વર્તનનાં લીધે ક્યાંય ગમે નહિ."

ધરા મીનાબેન ને વાત કરે છે. મીનાબેન વ્યોમને સમજાવવા માટે ધરા ને ખાતરી આપે છે.

મીનાબેન અને મુકેશભાઈ પણ વ્યોમને સમજાવે છે પણ વ્યોમ એને પણ એ જ કહે છે કે હજુ એ તૈયાર નથી અને એની પાસે કોઈ આગોતરી તૈયારી નથી. વધુમાં એ એમને એમ પણ કહી દે છે કે આ નિર્ણયમાં એને પણ તકલીફ પડે છે પણ સારાં ભવિષ્ય માટે એણે આમ કરવું પડશે.

વ્યોમ અને ધરા વચ્ચે રોજ આ બાબતે રકઝક થયાં કરે છે. અંતે એક દિવસ વ્યોમ ધરાને એના પિયર જતા રહેવા કહી દે છે અને ત્યાં શાંતિથી આરામ કરી વિચારવા કહે છે .

"વ્યોમ, હું તમને પરણીને આવી છું, એવી રીતે હું મારાં ઘરે પાછી ન જાવ ."

"હું તને ક્યાં કાયમી ઘરે જવા કહું છું એ તો તને સમય મળે વિચારવાનો એટલે. "

"હું સમજુ જ છું તમે શું કહેવા માંગો છો. "

"તારે જે સમજવું હોય એ સમજ પણ મેં તને જે કીધું છે એ ખરેખર આપણા બધાં માટે યોગ્ય છે."

"કઈ રીતે યોગ્ય છે ? એક જીવને જન્મવા જ ન દેવો એ કઈ રીતે યોગ્ય છે.એ તમારું જ અંશ છે. થોડી કરકસર વધુ કરી લેશું, હું પણ કામ કરવા જતી રહીશ, તમને એકલાં પર જો બધો ભાર લાગતો હોય તો, પણ આ વસ્તુ મારાથી થશે નહિ. "

"તું ખોટી જીદ્દ કરે છે."

"તમે ખોટી જિદ્દ કરો છો."

"સામે ન બોલ."

ધરાથી સહન નથી થતું અને એ અગાશી પર જતી રહે છે. ત્યાં જઈ ખૂણામાં બેસી એ રડવા લાગે છે.

કાવેરીબેન અને પંકજભાઈને આ વાતની ખબર પડતાં તેઓ બીજા દિવસે ત્યાં દોડી આવે છે. બધાં વ્યોમને સમજાવે છે પણ એ માનતો જ નથી.

અંતે કંટાળીને પંકજભાઇ ધરાને પોતાનાં ઘરે લઈ જવા વિનંતી કરે છે.

મીનાબેન - "ધરા મારી દિકરી બરાબર છે કાવેરીબેન, મેં પણ વ્યોમને ઘણું સમજાવ્યો પણ એ માનતો જ નથી, મને માફ કરજો."

કાવેરીબેન - "હવે એ બંને પતિ પત્નીના મેટરમાં આપણે તો બીજું શું કરી શકીએ."

ધરા સામાન પેક કરે છે. કિશન અને રિયા પણ ઉદાસ થઈ જાય છે. વ્યોમ પણ હતાશ થઇ જાય છે એને એમ થાય છે કે કોઇ એને સમજતું જ નથી, જે પરિવાર માટે એ દિવસ રાત વિચારે છે એ પરિવાર આજે એને સમજી શકતો નથી.

ધરા રડતાં રડતાં ઘર છોડે છે.એને છેલ્લે સુધી વિશ્વાસ હોય છે કે વ્યોમ એને રોકી લેશે પણ વ્યોમ એક શબ્દ પણ ઉચ્ચારતો નથી.

એ ઘર છોડી દે છે.

વ્યોમ અને ધરા ના જીવનમાં આ રીતે એક નવો વળાંક આવી જાય છે.

ધરા ઘરે આવી ગુમસુમ પોતાના રૂમમાં જતી રહે છે. આંસુઓનો દરિયો વહી રહે છે.જે વ્યોમનાં સ્નેહ માટે એ અભિસારિકા બની રહી હતી એ વ્યોમનો સ્નેહ એનો સાથ જેની અત્યારે એને જરૂર હતી એ જ ન હતો.

" એક પળમાં જ શું છૂટી ગઈ છે જન્મો જન્મ માટે બાંધેલ હતી જે દોર .

તારાં આગમનના ભણકારાં વાગે, નજરો શોધે તને ચહુઓર. ."

વ્યોમ અને ધરાનાં સુખેથી ચાલતાં લગ્નજીવનમાં અચાનક જ આમ તિરાડ આવી જાય છે. ધરા માટે આ એક દુસ્વપ્ન જેવું હતું. જે પળ માટે વિશ્વના ઘણા યુગલો માનતા રાખતાં હોય એ પળ એનાં જીવનમાં આવી હતી પણ એક બાજુ એનો પતિ જેના પ્રેમ પાછળ એ બધું જ ત્યાગ કરવા તૈયાર હોય છે એ હતો અને બીજી બાજુ એનું આવનારું સંતાન જેને તો હજી આ દુનિયા શું છે એનો ખ્યાલ જ ન હતો. પણ ધરા આ વખતે મક્કમ હતી. કારણ કે એક માતા પર જ્યારે આવી બને છે ત્યારે એ વિશ્વની કોઈપણ શક્તિ સામે ઝૂકતી નથી.

એ મનોમન નિર્ધાર કરે છે કે હવે એ પોતાનાં આ નિર્ણયથી પાછળ નહિ હટે. એને મનમાં એ પણ વિશ્વાસ હોય છે કે વ્યોમ પણ થોડાં દિવસમાં માની જશે અને એને ઘરે લેવા અવશ્ય આવશે.

***

મીનાબેન - "એલા ગાંડા, અક્કલ ક્યાં જતી રહી છે તારી, આ ઘરની વહુ બે દિ સોતી છે ને એને તે માવતરે જવા દીધી. પેલાં ત્રણ મહિના બહુ ધ્યાન રાખવું પડે તને કંઈ ખબર છે કે નહીં?"

વ્યોમ - "તમે મારી મા છો કે એની ?"

મીનાબેન - "બેયની, આ વખતે મારી વહુ સાચી છે. તારે બાળક મોડું જ જોતું હતું તો એ પ્રમાણે ધ્યાન રાખવું હતું હવે આમ તું કર એ ના ચાલે."

વ્યોમ - "હા, બધાં મને જ કેજો. મને જ સંભળાવજો."

એમ કહી એ રૂમમાં જતો રહે છે.

***

ધરા ગુમસુમ રહેવા લાગે છે. બરાબર જમતી પણ નથી. કાવેરીબેન અને પંકજભાઈ એનું બધી રીતે ધ્યાન રાખે છે પણ કહેવાય ને સમયે આપેલ દુઃખ સમય જ ઓછું કરે એમ ધરાને થોડા સમય ની જરૂર હતી.

એ વારંવાર પોતાનો ફોન જોયાં કરે છે કે હમણાં વ્યોમનો ફોન આવશે. હમણાં એનો મેસેજ આવશે. પણ એનો કોઈ ફોન કે મેસેજ આવતો નથી.

એની નજર વારંવાર દરવાજા તરફ જતી રહે છે કે હમણાં વ્યોમ એને ઘરે લઈ જવા માટે આવશે.

એ ઘણી વાર બહાર દરવાજે ઊભી રહે છે એ જોવા કે ક્યાંક વ્યોમ એને લેવાં માટે આવતા તો નથી ને.

એને આ દરમિયાન એના સાસરેથી બધાના ફોન આવી જાય છે બસ વ્યોમનો જ ફોન નથી આવતો.

બધાં ધરાને વિશ્વાસ અપાવે છે કે આજે નહીં તો કાલે વ્યોમ માની જ જશે. એ વિશ્વાસ ધરા માટે સમયે મલમ સમાન સાબિત થાય છે.

ધરા માટે એક એક કલાક અને એક એક દિવસ કાઢવા મુશ્કેલ પડી જાય છે. એ આ **અતૂટ પ્રેમની ખરાં અર્થમાં અભિસારિકા બની જાય છે.**

આમ ને આમ એક અઠવાડિયું પસાર થઈ જાય છે.

***

વ્યોમને વતનથી દૂર ૩૦૦ કિમી એક પ્રાથમિક શાળાના આચાર્ય તરીકે નિમણૂક આપવામાં આવે છે. તે એ બધી વિધી માં લાગી જાય છે.આ સ્કૂલમાંથી છુટા થવાનું અને ત્યાં હાજર થવાનું એ બધી વહીવટી કામગીરીમાં વ્યસ્ત થઈ જાય છે.

રાજપરા ગામની શાળામાં વ્યોમનો વિદાય સમારંભ રાખવામાં આવે છે. ગ્રામજનો અને વિધાર્થીઓ આંસુભેર વ્યોમને વિદાય આપે છે.વ્યોમે જે શાળા માટે કર્યું હતું એ અત્યાર સુધી કોઇએ કરેલ ન હતું. આથી એને પંચાયત તરફથી સન્માન કરવામાં આવે છે.

વિજય - " તો ફાઇનલી તારું એક ડ્રિમ પૂરું થયું. યાર ભૂલી તો નહીં જાય ને "

વ્યોમ વિજયને ગળે મળે છે અને ભાવુક થઈ જાય છે.

વિજય - "એલા હિસાબી, ક્યારેક હું મળવા આવું તો પાંચ દસ રૂપિયાનું પેટ્રોલ બાળીને મળવા આવજે."

વ્યોમ - "તને સાવ હું એવો લાગું છું."

વિજય -"સાચું કહું તો હા. !!!"

બન્ને હસવા લાગે છે. વ્યોમની ઘણી સ્મૃતિઓ આ શાળા અને ગામ સાથે જોડાયેલ હતી એટલે એને ત્યાંથી વિદાય લેવી અઘરી લાગે છે પણ કહેવાય છે ને કે એક સ્ટેશન મૂકીએ તો જ જીવનની ગાડી છે એ બીજા સ્ટેશન પર પહોંચે એમ વ્યોમને પણ હવે કારકિર્દીના એક નવા સફર પર જવાનું આવે છે.

****

સવારના છ વાગ્યા હોય છે. ધરાના રૂમની બારીમાંથી સૂર્યનારાયણ ધીમે ધીમે અજવાળું લઈને પ્રવેશ કરી રહ્યા હતા. પક્ષીઓનો મધુર કલરવ સંભળાઈ રહ્યો હતો. એક નવી સવારનું

આગમન થયું હતું. ધરા નિત્યક્રમ બાદ ઘરનાં મંદિરમાં પૂજા કરે છે અને ઈશ્વરને પ્રાર્થના કરે છે કે બધું જલ્દી ઠીક થઇ જાય.

પછી એ ઘરનાં તુલસી કયારે પાણી પીવડાવવા જાય છે. ત્યારે ઘરના દરવાજે કોઈ દસ્તક દે છે.

પંકજભાઈ છાપું વાંચતા વાંચતા દરવાજો ખોલે છે.

ધરાનાં હૃદયના ધબકારા વધી જાય છે. એ આંખો બંધ કરી અને ભગવાનને કહે છે.

"હે ભગવાન, મારુ હવે સાંભળજો, આ વ્યોમ જ હોય."

પંકજભાઈ - "અરે, વ્યોમકુમાર તમે ?"

ધરા - "(મનમાં) ખૂબ ખૂબ આભાર ભગવાન, મારુ સાંભળવા માટે."

વ્યોમ - "જય શ્રી કૃષ્ણ, કેમ છો પપ્પા.?"

પંકજભાઈ - "અરે, આવો આવો અંદર આવી જાવ, બસ જો સારું છે."

પછી એ બધાં સાથે બેસે છે. કાવેરીબેન પણ એની પાસે આવી બેસી જાય છે.

બધાંના ખબર અંતર પૂછવામાં આવે છે.

વ્યોમ - "હું ધરા સાથે બે મિનિટ વાત કરી શકું ?"

કાવેરીબેન - "અરે, હા હા કેમ નહિ? "

પંકજભાઈ - "એક કામ કરો તમે અહીં બાજુમાં જ શિવ મંદિર છે ત્યાં જતાં રહો અને આરામથી વાતચીત કરી પાછા આવો."

ધરા અને વ્યોમ શિવ મંદિરે જાય છે. બન્ને દર્શન કરી ત્યાં બાજુમાં જ રાખેલા બાંકડા પર બેસે છે.બન્ને એકબીજાની સામે જોયા કરે છે. મંદિરમાં દર્શનાર્થીની અવરજવર હોય છે. વૃક્ષોની ડાળીઓ પર પંખી બેસતાં અને ઉડતા હોય છે. કબૂતરને ચણ નાંખવા આવેલા સિનિયર સીટીઝન ત્યાં ચણ નાંખી અને એમને બોલાવતા હોય છે. રંગબેરંગી ફૂલો જેવાં કે ગલગોટા,બારમાસી, ચંપો, જાસૂદ વગેરે ત્યાંની શોભામાં અભિવૃદ્ધિ કરી રહ્યા હતાં.

વ્યોમ ધરાનો હાથ પોતાના હાથમાં લે છે.

ધરા હાથ છોડવી લે છે. મનમાં તો એ પણ વ્યોમને આલિંગનમાં લેવાં ઇચ્છતી હોય છે.પણ પ્રિયતમ મનાવનાર હોય તો વારંવાર રિસાઈ જવામાં પણ એક અનેરો આનંદ હોય છે.

વ્યોમ ફરી એક વાર એનો હાથ પોતાના હાથમાં લઈ છે.

ધરા છોડાવાનો પ્રયત્ન કરે છે પણ વ્યોમ આ વખતે સખત રીતે પકડી રાખે છે.

વ્યોમ - "છોડવા માટે હાથ ન હતો પકડ્યો હોં?"

ધરા - "હા તો ઘરેથી જતી હતી ત્યારે જ પકડી લેવો હતો ને ?"

વ્યોમ - "મને આચાર્ય તરીકે નોકરી મળી ગઈ છે. બે દિવસમાં મારે ત્યાં જતું રહેવાનું છે."

ધરા - "હા, મને ખબર છે."

વ્યોમ - "એટલે તને ઘરે લઈ જવા આવ્યો છું."

ધરા - "મારે નથી આવવું હવે ઘરે."

વ્યોમ - "ઘરે તો આવવું પડે ને આપણે ત્યાં મહિના હોય એટલે સીમંત સુધી ક્યાંય બહારનું ખવાય પીવાય પણ નહીં અને બહાર ગામ જવાય પણ નહીં."

ધરા આ સાંભળીને ખુશ થઈ જાય છે.

ધરા - "(આશ્ચર્યથી) મતલબ, તમે માની ગયાં. ?"

વ્યોમ - "હવે બેય પરિવારની આખી ફોજ પાછળ પડી ગઈ તો શું કરવું. !! અને આમેય હવે હું આચાર્ય થઈ ગયો તો પગાર પણ વધશે એટલે વાંધો નહિ આવે."

ધરા વ્યોમને ખુશ થઈને મારવા લાગે છે અને પછી રડવા લાગે છે. .

ધરા - "એક દિવસ, એક કલાક એવી નહિ વીતી હોય જ્યાં મેં તમારી રાહ ન જોઈ હોય. હું શરીરથી જ અહીંયા હતી, બાકી મારુ મન અને હૃદય તો સતત તમારી પાસે જ હતું."

વ્યોમ - "હમ્મ, મને એવું કંઈ બોલતા ફોલતા ન આવડે જો, આપણે રહ્યા સાવ પ્રેક્ટિકલ માણસ, પણ મનેય અંદર અંદર તો

હતું જ કે તને હર્ટ થયું હશે. પણ મારો મુદ્દો પણ બરાબર જ હતો આજના સમયમાં આયોજન વિના કઈ કરીએ તો પછી હેરાન થવું પડે. આ મમ્મીને વાગ્યું તો થોડાં રૂપિયા ભેગાં હતા આપણે ફરવા જવાના તો વાંધો ન આવ્યો, વેકેશનમાં પાછું બધું ફ્રીજ, ટીવી એ લીધું. હવે મકાન પણ હમણાં તૈયાર થઈ જશે તો એમાં પણ બીજો ખર્ચો આવશે. "

ધરા - "થઈ જાય બધું વ્યોમ, બધી ચિંતા ન કરવાની હોય.હવે એવું હશે તો હું પણ હવે ઘરે ટ્યુશન ચાલુ કરી દઈશ અને મારે પણ એકઝામ આવશે તો એની તૈયારી કરીશ. "

બન્ને શિવ આશિષ લઈ અને પરત ઘરે આવે છે.

બન્ને ના નિર્ણયથી ઘરે બધાં ખુશ થાય છે. ધરા ને વ્યોમ ફરી પોતાના ઘરે લઈ જાય છે. ઘરે આવીને ધરા ફરી રડવા લાગે છે.

મીનાબેન -"હવે, શું છે, હવે તો બધું બરાબર થઈ ગયું ને? "

ધરા - "મમ્મી, આ હરખના આંસુ છે, મને તો લાગ્યું હતું કે આ માનશે જ નહીં અને મારે. "

મીનાબેન - "ના શું માને, એ કંઈ એટલો મોટો નથી થઇ ગયો, આમેય છોકરા એનાં દાદા દાદીના હાથમાં જ મોટા થતા હોય છે.અમે છીએ ત્યાં સુધી તમારા બાળકોને અમે મોટા કરી દેશું."

મૂડી કરતાં વ્યાજ હમેંશા વ્હાલું હોય, એમ ભારતીય સંસ્કૃતિમાં પુત્ર પુત્રી કરતાં એનાં સંતાનો હમેંશા લાડકા લાગે છે. વળી આજના આ સમયમાં જ્યારે પતિ પત્ની બંનેને નોકરી અને કામ કરવું પડે છે ત્યારે નાનાં બાળકો નું ધ્યાન મોટા ભાગે દાદા દાદી કે નાના નાની રાખતાં હોય છે.

***

વ્યોમ રૂમમાં આવે છે.ધરા એને આલિંગનમાં લઈ લે છે.

વ્યોમ - "શું થયું.?"

ધરા - "બસ. "

થોડી પળો માટે સમય રોકાઈ જાય છે.

વ્યોમ - "હવે બધું બરાબર થઇ ગયું ને? મારો તને હર્ટ કરવાનો કોઇ ઈરાદો ન હતો."

ધરા વ્યોમને હજુ આલિંગનમાં જ રાખે છે.

ધરા - "વ્યોમ, મને તમારાથી દૂર ન કરો . હું બસ તમારી પાસે રહેવા માંગુ છું. "

વ્યોમ - "હું તારી સાથે જ છું."

ધરા - "હમણાં પાછા તમે જતા રહેશો."

વ્યોમ - "એ તો નોકરી માટે તો જવું જ પડે ને?"

ધરા - "મને પણ સાથે લઈ જાવ ને.?"

વ્યોમ - "(ધરાને બેસાડે છે) અરે, આ હાલતમાં તને ક્યાંય લઈ જવાય, હું પણ ત્યાં જઇને રહેવાની ને બધી વ્યવસ્થા કરીશ ત્યારે થશે અને તે સાંભળ્યું નહિ આપણે ત્યાં સીમંત સુધી નદી પણ ઓળંગીને જવાતી નથી."

ધરાને આ બધું જરા પણ ગમતું નથી પણ એ આવનારા બાળક માટે બધી પરિસ્થિતિ સ્વીકારવા તૈયાર થઈ જાય છે.

ધરા - "હવે આ પાંચ ટેબ્લેટ હું ફેંકી દઉં છું."

વ્યોમ - "ના, ના ફેંકાઈ થોડી ."

ધરા - "કેમ?"

વ્યોમ - "એ હું મેડિકલ માં પાછી દઈ દઈશ એના રૂપિયા પાછા મળશે."

બન્ને હસવા લાગે છે.

****

વ્યોમ બે દિવસ પછી નવી નોકરી, નવા શહેર, નવી યાત્રા માટે નીકળી પડે છે.

ધરા - "દર મહિને એકવાર તો મળવા આવજો હો. અહીંયા મને એકલું જરાય નહિ ગમે."
વ્યોમ -"હા, આવીશ. "

ધરા - "ખબર નહિ આપણે સાથે ક્યારે રહી શકશું?"

વ્યોમ - "અરે, એના માટે હજી આખી ઝિંદગી પડી છે. તું ચિંતા ન કર."

આમ સમયના વળાંક પર ફરી બન્ને ફરી અલગ પડી જાય છે.

જનમેદની વિશાળ છે આજુબાજુ છતાં તારા સંગાથની ક્યાંક ખોટ છે...

સ્નેહના આ દરિયામાં ભરતી બહુ ઓછી રહે છે જાજો સમય બસ ઓટ જ ઓટ છે..

ધરા માતૃત્વના સુંદર સમયગાળામાંથી પસાર થઈ રહી હતી. એની તબિયત નરમ ગરમ રહેતી. આ સમય જ એવો હોય છે જ્યારે જે ક્યારેય ન ભાવ્યું હોય એ ખાવાનું મન થાય જે ભાવતું હોય એની સુગંધથી પણ ઉબકા આવે. મનમાં વિવિધ તરંગો ઉઠ્યા રાખે..

આ સમયે બધાં ધરાનું ખૂબ ધ્યાન રાખે છે. પણ વ્યોમ ક્યાંક ને ક્યાંક આ સમયમાં એની સાથે નથી હોતો. ધરા સતત વ્યોમનો સાથ ઝંખતી રહે છે પણ વ્યોમને નવી નોકરીમાંથી ફુરસદ જ મળતી નથી. આ બાજુ વ્યોમ પણ આચાર્ય ની જવાબદારી અને બીજા સોંપવામાં આવતા કામો, રિપોર્ટ, સર્વે, ઓનલાઇન કામગીરી બધામાં અતિશય વ્યસ્ત થઈ જાય છે. એ આ નવી જગ્યાએ પણ ખંતથી કામ કરે છે અને કરાવે છે. રાતે એક વાર ધરા સાથે વાત અવશ્ય કરે છે પણ ઘરે મળવા નથી જઇ શકતો.

ધરા આ બાજુ ઘરે ટ્યુશન પણ શરૂ કરી દે છે. એને મીનાબેન ના પણ પાડે છે કે અત્યારે આ સમયમાં નવું કઈ ના કરે પણ એણે વ્યોમને કહ્યું હતું કે એ એને સપોર્ટ કરશે એટલે એ ઘરે ટ્યુશન કરાવે છે.એમાંથી થતી આવક એ ઘરના મહિનાનાં રાશન માટે આપી દે છે.

રાતે ધરાને વ્યોમનો ફોન આવે છે.

વ્યોમ - "કેવી છે તબિયત તારી, જમી લીધું? "

ધરા - "સારી છે, આ તમારું બાળક તમારા જેવું જ છે ક્યારેક મને હેરાન કરે અને ક્યારેક ખુશ કરે."

વ્યોમ - "એ કઈ રીતે? "

ધરા - "અંદર ઘૂમ્યા રાખે અને અચાનક કીક લગાડે."

વ્યોમ હસવા લાગે છે.

ધરા - "હવે તો ઘરે આવો એકવાર, ગયાં તે ગયાં પાછા એકવાર પણ નથી આવ્યાં."

વ્યોમ - "મારે પણ આવવું છે પણ આ નોકરી અને કામમાંથી નિકળાતું જ નથી રજાના દિવસોમાં કામ લઈને બેસીએ તો પણ પૂરું થાય નહિ."

ધરા - "હું સમજી શકું છું, પાછું બધું નવું છે એટલે ફાવતા વાર પણ લાગે ને ."

વ્યોમ - "સીમંતની તારીખ પણ નક્કી કરવાની છે."

ધરા - "હા, તમે આવો પછી નક્કી કરીએ."

વ્યોમ - "હું સીમંત પર આવી જઈશ તારીખ તો મમ્મી પપ્પા જોવડાવી લેશે અને ફોનમાં મને કહી દેજો, રજા આવતી હોય એ રીતે તારીખ લેજો."

ધરા - "હા. "

****

સીમંતની તારીખ નક્કી થાય છે અને જોતજોતામાં એ ઘડી પણ આવી જાય છે. બીજાં દિવસે ધરાનું સીમંત હોય છે. રાત થવા આવી હોય છે.વ્યોમ હજુ ઘરે પહોંચ્યો ન હતો.એનો ફોન પણ સ્વીચ ઓફ આવી રહ્યો હતો. એ જ્યારે નીકળો ત્યારે ઘરે ફોન કરી કહ્યું હતું એ પછી વાત થઈ જ નહતી.

મીનાબેન - "ધરા જમી લે હવે તું, આવા સમયે ભૂખ્યું ન રહેવાય."

કિશન - "ભાભી, જમી લ્યો તમેં હું અને પપ્પા રાહ જોઈએ, ભાઈ આવે એટલે એની સાથે જમી લેશું."

ધરા - "એમને બહુ મોડું થઈ ગયું એટલે. હવે તો આવી જાય પછી જ અન્ન નો દાણો મોઢામાં નાંખીશ."

ધરા દરવાજા સામે જોઇને બેસી જાય છે. બીજા દિવસે સીમંત હોઈ તમામ તૈયારીઓ થઈ ગઈ હતી. કિશન અને રિયા ખૂબ ઉત્સાહિત હતાં .

ધરા - "મમ્મી, આ ક્યારે આવશે, કિશનભાઈ જરાક બસ સ્ટેન્ડે જઇ આવો ને, એમની બસ મોડી થઈ કે શું એ તપાસ કરી આવો ને."

કિશન બસ સ્ટેન્ડે જાય છે. ત્યાં તપાસ કરતાં બસ હજુ આવી નથી એ જાણવા મળે છે.

મીનાબેન - "ધરા, આવી જશે, વહેલું મોડું થાય રસ્તો લાંબો છે. "

ધરા વ્યોમની રાહ જોયાં કરે છે.

ધરા ક્યારેક ઘડિયાળ સામે તો ક્યારેક દરવાજા સામે જોયા કરે છે.

ધરા - (મનમાં) "કોઈની રાહ જોવી પણ કપરું કામ છે.એમાં પણ જેની તીવ્રતાથી રાહ જોતાં હોય એ તો જાણે જાણી જોઈને મોડું કરતાં હોય એમ લાગે છે."

ધરા એનાં વ્યોમ પ્રત્યેના અતૂટ પ્રેમની અભિસારિકા બની જાય છે, બધાં એની પાસે હોય છે છતાં એની નજર વ્યોમ ને શોધી રહી હોય છે. એનું હૃદય બસ એક વ્યોમના જ સરનામે ધબકયાં કરે છે .

કિશન વ્યોમને લઈને ઘરે આવે છે. બધાં ખુશ થઈ જાય છે.

મુકેશભાઈ - "ક્યાં મોડું થઇ ગયું તારે, એક ફોન તો કરી દેવાયને ? અહીંયા આ દિકરી ભૂખી તરસી રાહ જોવે છે ક્યારની. "

મુકેશભાઈ થોડાં ગુસ્સામાં કહે છે.

વ્યોમ - "અરે બાપા, બસ મોડું કરે આવી એમાં હું શું કરું ? એક તો આ હાઇવે ના કામ ચાલે તો સતર તો ડાઈવર્ઝન આવે "

મીનાબેન - "ફોન તો કરાય ને કે મોડું થઈ જશે."

વ્યોમ - "બેટરી પુરી થઈ ગઈ હતી મોબાઈલમાં મારી મા, હવે મને કોક પાણી નું તો પૂછો. !! "

આવતા વેંત ઉધડો લેવાયેલ વ્યોમ આમ બધાને કહે છે.

વ્યોમ - "ધરા, તબિયત કેવી છે ? કંઈક ખાઈ લેવાય ને એમ રાહ જોઇને થોડું ભૂખ્યું બેસી રહેવાય.?"

ધરા - "તમારે મોડું થયું તો જીવ અધ્ધર થઇ ગયો હતો."

રિયા પાણી લઈ આવે છે.ત્યારબાદ બધાં જમવા બેસે છે.

રાતે ધરા અને વ્યોમ અગાશી પર થોડીવાર હવામાં બેસે છે.

ઠંડો ઠંડો પવન આવી રહ્યો હોય છે. આકાશમાં તારલાઓ ટમટમતા હોય છે.વાદળો વચ્ચે ક્યાંક ચંદ્ર સંતાકુકળી રમતો હોય છે.

વ્યોમ - "કાલની બધી તૈયારી થઇ ગઈ? "

ધરા - "હા, બધું થઈ ગયું. "

વ્યોમ - "બીજું શું ચાલે ? ટ્યુશન હવે ન કરાવતી પછી થાકી જઇશ."

ધરા - "હજી તો કંઈ વાંધો નથી આવતો છેલ્લા મહિને નહિ કરાવું."

વ્યોમ - "તબિયતનું ધ્યાન રાખવું આમ લાગણીમાં આવીને જમવું નહિ ને એવું ન કરવું."

ધરાને લાગે છે કે વ્યોમ એની લાગણીને એનાં પ્રેમને એના પ્રત્યેની એની ઝંખનાને કયારેય સમજી જ શકતા નથી.

ધરા - "ડિલેવરી સમયે તો મારી જોડે રહેજો. આ બધાં મહિના તો મેં એકલી એ કાઢ્યાં."

વ્યોમ - "લે, એકલી ક્યાં છો તું આખો પરિવાર તારી સાથે છે."

ધરા વ્યોમના ખભા પર માથું રાખી દે છે અને એનો હાથ પોતાના હાથમાં લઈ લે છે.

ધરા - "પરિવાર સાથે હોવો અને પ્રિયતમ સાથે હોવો બન્નેમાં વ્યોમ અને ધરા જેટલો તફાવત છે."

વ્યોમ -"(હસીને) મતલબ જમીન આસમાન નો એમ ને?"

ધરા- "મને તમારો સાથ જોઈએ છે બસ."

વ્યોમ - "અરે, ગાંડી હજુ આપણી આખી ઝિંદગી બાકી છે.હું તારી સાથે જ છું ને.અત્યારે યુવાનીમાં થોડું ખેંચી લઈએ તો આગળની ઝીંદગીમાં કંઈ ચિંતા નહિ ને."

ધરા વ્યોમનો હાથ પકડી રાખે છે અને એના ખભા પર માથું રાખી સૂતી રહે છે.

***

બીજા દિવસે ધરાનું સીમંત હોય છે. ઘરની સ્ત્રીઓ દ્વારા ધરાના વાળ ધોઈ આપવામાં આવે છે અને ત્યારબાદ એને નવી સાડી પહેરાવી બાજોઠ પર બેસાડવામાં આવે છે.કાવેરીબેન અને ધરાના પિયરમાંથી પણ સ્ત્રીઓ આવે છે.

સીમંતવિધીમાં દિયર ને ભાભી કંકુવાળા હાથ કરી ગાલ પર ઝાપટ સ્વરૂપે લગાવે છે.સામે દિયર પણ ભાભીને કંકુવાળા હાથ ગાલ પર લગાવે છે. એટલે આ વિધીમાં દિયરને ઠપાટિયો પણ કહેવામાં આવે છે.

અહીં કિશન અને ધરા આ વિધી કરે છે.ત્યારબાદ કિશન પાછું ફર્યા વિના એના હાથમાં જે નારિયેળ આપે એને રસ્તે જઈ સામે જે કોઈ પેલાં મળે એની પાસે વધેરે છે. સીમંત વિધી પૂર્ણ થાય છે.

બીજાં દિવસે વ્યોમ ને પણ પરત ફરવાનું હોય છે.એ ધરાના પેટ પર કાન રાખે છે અને પછી કહે છે .

"પપ્પા, જલ્દી આવશે હોં, તું તારા મમ્મીનું ધ્યાન રાખજે."

ધરાની આંખોમાં આંસુ આવી જાય છે.

વ્યોમ ધરાને ગળે લગાડી લે છે અને પછી એ ત્યાંથી નીકળે છે

ફરી એક વખત વ્યોમ અને ધરા અલગ પડે છે.

***

ઘરમાં નાના બાળકના આગમનની તૈયારીઓ શરૂ થાય છે.ધરાને નવમો મહિનો બેસે છે. એ પણ બાળકની આતુરતાથી રાહ જોવા લાગે છે અને બાળકને રમાડવાના, એની સાથે વાતો કરવાનાં, મજાક મસ્તી કરવાના સ્વપ્ન જોયાં કરે છે.

પોતાનું જ અંશ દુનિયામાં આવશે.

પોતાને "મા "કહેશે. માતૃત્વનું સુખ એક સ્ત્રીને પરિપૂર્ણ કરે છે.

સાથે સાથે ધરાને ડર પણ લાગે છે કે ડિલેવરી સારી રીતે થઈ જશે કે નહીં. બધાં ડિલેવરીમાં બહુ દુખાવો થાય એવી વાતો કરતાં હોય.બે બે દિવસ સુધી પીડા સહન કરવી પડે એવી વાતો પણ સાંભળી હતી.

એ ઈશ્વરને પ્રાર્થના કરે છે એની સાથે બધું સારું થઈ જાય.

એ આ ચિંતામાં ને ચિંતામાં વ્યોમને ફોન કરે છે.

ધરા - "હેલ્લો શું કરો છો ?"

વ્યોમ - "હું એક જરૂરી કામમાં છું હું તને દસ મિનિટ પછી ફોન કરું."

ધરા ફોન મૂકી દે છે. દસ મિનિટ થઈ જાય છે વ્યોમનો ફોન નથી આવતો.

ધરા પછી કાવેરીબેનને ફોન કરી એનું મન થોડું હળવું કરી લે છે. ઘરના બીજા કામકાજમાં આમ ને આમ દિવસ પસાર થઈ જાય છે છતાં વ્યોમનો ફોન નથી આવતો.

ધરા -(મનમાં) "આ સમયમાં મારે સૌથી વધુ જરૂર છે તમારી અને તમે જ નથી મારી પાસે, મારી પાસે તો નથી પણ ફોનમાં વાત કરવાનો પણ સમય નથી. **સ્ત્રીનું જીવન જ આવું હોય છે કે શું પતિની ઇચ્છઓ પૂર્ણ કરવામાં જ જતું રહે. સ્ત્રીની ઇચ્છઓ**

મોટાં ભાગે ઘરમાં ખૂણામાં કોઈ ચૂલામાં બળીને ભસ્મ થઈ જતી હોય છે અને કોઈનું ધ્યાન પણ પડતું નથી !!!"

રાતે મોડેથી વ્યોમનો ફોન આવે છે.

ધરા - "તો ટાઈમ મળ્યો ખરાં આખરે. "

વ્યોમ - "અરે વાત જવા દે. "

ધરા - "કેમ શું થયું. ? "

વ્યોમ - "અમારે યુનિયનની મિટિંગ હતી એટલે એમાં હતો."

ધરા - "શેના માટે મિટિંગ ."

વ્યોમ - "નોકરીના પ્રશ્નો હોય અમુક લાંબા સમયથી જે સોલ્વ ન થયાં હોય એનાં માટે હતી. હવે આંદોલન કરવાનું છે અને એજ્યુકેશન મિનિસ્ટર ને મળવા જવાનું છે."

ધરા - "અહીંયા હોમ મિનિસ્ટરને મળવા ક્યારે આવવાનું છે ? એની પણ ઘણી પડતર માંગણીઓ છે."

વ્યોમ હસવા લાગે છે.

વ્યોમ - "આવીશ જલ્દી. જેવો થોડોક ફ્રી થાવ એટલે આવીશ."

ધરા - "આજે આખો દિવસ તમારાં ફોનની રાહ જોઈ."

વ્યોમ - "એકને એક વસ્તુ કેટલી વાર કહીશ.મને કંટાળો આવે એક તો આખા દિવસનાં થાક્યાં હોઈએ અને ઉપરથી તું આમ કર"

ધરા - "હું ખાલી મારાં મનની વાત કરું છું. આ સમયે તમારી જ સૌથી વધુ જરૂર છે મારે."

વ્યોમ - "પણ તને ખબર તો છે કે મારી નવી નોકરી છે, જવાબદારી ઘણીબધી વધી ગઈ છે હવે."

ધરા - "હું અને આ આવનારું બાળક પણ તમારી જવાબદારી જ છીએ."

વ્યોમ - (થોડા અભિમાનથી) "મને મારી જવાબદારીનો ખ્યાલ જ છે. એટલે તો આટલી સગવડો પુરી પાડું છું તમને"

ધરા - "હા, એ વાત સાચી .ચાલો હવે કાલે વાત કરશું."

ધરા નિરાશ થઈ જાય છે. એને વ્યોમ આ રીતે વારંવાર અવગણ્યાં કરે છે.

એ વિચારે છે કે શું ફક્ત સગવડો આપવાથી એક પુરુષની જવાબદારી પૂર્ણ થઈ જાય છે ? હા આમ તો લગ્નનાં ફેરા ફરતી વખતે એ જ નક્કી કરાય છે ને કે સ્ત્રી એ ધર્મ, અર્થ અને કામમાં પુરુષની પાછળ રહેવાનું. પણ સ્ત્રીની પાછળ કોણ ? એની લાગણી કે માગણી નું શું . ?એણે એની સાથે સમાધાન કર્યા રાખવાનું. .

***

આમ ને આમ પંદર દિવસ પૂર્ણ થઈ જાય છે. રાત્રે બે વાગ્યે અચાનક ધરાને કમરમાં દુખાવો શરૂ થાય છે. એનાંથી સહન નથી થતું.

એની ચીસ સાંભળી મીનાબેન જાગી જાય છે.

મીનાબેન - "ધરા, શું થયું ? દુખાવો થાય છે ? "

ધરા - "હા, મમ્મી બહુ દુખે છે, આવું અગાઉ ક્યારેય નથી થયું."

મીનાબેન ધરાને પાણી પીવા આપે છે અને મુકેશભાઈ તેમજ કિશનને બોલાવી આવે છે. મીનાબેન ને ખબર પડી જાય છે કે ધરાને પ્રસૂતિની પીડા ચાલુ થઈ છે.

મીનાબેન - "કિશન, જા તું રિક્ષાવાળાને બોલાવી લાવ, આપણે હોસ્પિટલે જાવું પડશે."

ધરા - "કેમ હોસ્પિટલે ? "

મીનાબેન - "ડોકટર ને બતાવી આવીએ, આ ડિલેવરીનો દુખાવો છે."

ધરા - "મમ્મી, મારે હોસ્પિટલમાં નથી જવું."

મીનાબેન - "હું છું ને તારી હારે, હમણાં કાવેરીબેનને પણ ફોન કરી દઉં એ પણ આવી જશે.તું ચિંતા ન કર સૌ સારા વાના થઈ જશે.બસ પીડ લેતી રહેજે અને પીડ આવે ત્યારે ઊંડા ઊંડા શ્વાસ લે જે."

રીક્ષા આવી જાય છે. ધરા અને મીનાબેન ફાઇલ વગેરે બધું લઈ મેટરનીટી હોસ્પિટલે જાય છે.

કિશન અને મુકેશભાઈ એમની પાછળ બાઇક લઈને આવે છે.

હોસ્પિટલમાં ધરાનું ચેક અપ થાય છે અને એને એડમિટ કરવામાં આવે છે.

ડોકટર - "હજુ શરૂઆત છે, ચોવીસ કલાક લાગશે ડિલેવરી થતાં."

મીનાબેન - "બીજું બધું તો બરાબર છે ને? "

ડોકટર - "હા, અત્યારે બધું ઓકે છે.તમે એમને કઈક ખવડાવી દો અને અહીં લોબીમાં થોડું ચલાવો."

ધરા ત્યાં ચાલે છે. એને થોડી થોડી વારે પીડા થતી હોય છે.

ધરા - "કિશનભાઇ, વ્યોમને ફોન કરીને બોલાવી લ્યો ને. ડિલેવરી થશે ત્યાં સુધી તો એ આવી જશે."

કિશન વ્યોમને ફોન કરે છે. એ બંને વચ્ચે થોડીક વાતચીત થાય છે.ત્યારબાદ એ ધરા ને ફોન આપે છે.

વ્યોમ - "હા, શું કીધું ડોકટરે ?"

ધરા -"બધું બરાબર છે અને ચોવીસ કલાકમાં ડિલેવરી થઇ જશે એમ કહ્યું."

વ્યોમ - "સારું તો.હું પણ વાત કરી લઈશ."

ધરા - "તમે આવી જાવ ."

વ્યોમ - "હા, હું આવી જઇશ ત્યાં સુધી."

****

ધરાને પ્રસવનો દુખાવો વધતો જાય છે.

ધરા - "મમ્મી, હવે મારાથી સહન નથી થતું હો."

મીનાબેન - "દિકરી થોડું સહન તો કરવું પડે ને અત્યારે જો કેવી સરસ સગવડ થઇ ગઇ છે અમારે તો દાયણ ઘરે આવીને ડિલેવરી કરાવતી ."

કોઈ નાના બાળકને સમજાવે એમ પ્રસૂતિની પીડા વખતે સ્ત્રીને સમજાવવું પડે એને અતિશય કાળજીની જરૂર હોય છે. આ એ સમય હોય છે જ્યારે એક કન્યા, એક નટખટ સ્ત્રી, એક ઊડતી વિહરતી સ્ત્રી ને પ્રમોશન મળે છે.પણ કરુણતા અહીં એટલી છે કે આપણા સમાજમાં એક સ્ત્રીને મા કઈ રીતે બનવું, શું ધ્યાન રાખવું એની અગાઉ કોઈ તાલીમ નથી એ સીધી જ મા બની જાય છે !!! આ સમય એનાં સાસુ, મમ્મી, જેઠાણી, દેરાણી, નણંદ, મિત્ર કે પડોશી સારી રીતે સાંભળી શકે.

ધરાને થોડી વાર ઊંઘ આવી જાય છે. બારીમાંથી સૂર્યના કિરણો ધરાના વોર્ડ માં આવીને પડે છે. રસ્તા પર છાપા વાળા, દૂધવાળા, ચા નાસ્તા વાળા ની અવરજવર શરૂ થાય છે. જય અને કાવેરીબેન આવી જાય છે.

ધરા - “મમ્મી, બહુ બીક લાગે છે, મારાથી આ દુખાવો સહન નથી થતો.”

કાવેરીબેન એને હિંમત આપે છે. જય અને કિશન બધા માટે ચા નાસ્તો લઈ આવે છે.

ધરા - “આ ક્યાં પહોંચ્યા જરાક પૂછો ને?”

કિશન વોર્ડની બહાર જઇ વ્યોમને ફોન કરે છે. અહીં આવીને.

“નીકળી ગયા છે આવી જશે.”

ધરાને હવે બહુ દુખાવો થાય છે. ડોકટર આવીને ચેક કરે છે.

ધરા ને ત્યારબાદ ડિલેવરી રૂમમાં લઈ જવામાં આવે છે.

ડોકટર - “કોઈ એક બહેન સાથે રહી શકશે.”

મીનાબેન - "કાવેરીબેન, તમે જાવ, તમે એની મા છો એને સપોર્ટ રહેશે.”

કાવેરીબેન - “તમે પણ એની મા જ છો, હું આવી એ પેલા ના તમે જ એની સાથે હતા અને ધ્યાન રાખતાં હતાં.તમે જાવ મીનાબેન તમે એને હિંમત આપજો. હું તો ક્યાંક એ બહુ ચીસ પાડશે તો રડવા લાગીશ.”

મીનાબેન ધરા સાથે રહે છે.

બપોરના બાર વાગી જાય છે. ધરાને શક્તિની બોટલ અને દવાઓ અપાય છે.

ધરા - “સિસ્ટર, મારાથી સહન નથી થતું હો . ”

અને એ ચીસ પાડે છે.

સિસ્ટર - “બહેન, બસ હવે થોડીક જ વાર, હમણાં તમે ફ્રી થઇ જશો. થોડુંક જોર કરો, પીડ આવે ત્યારે.”

આ સિલસિલો અડધી કલાક ચાલે છે.

અંતે એક રડવાનો અવાજ આવે છે.

કિશન - "જય, સાંભળ્યું તે ?"

જય - "હા, બાળક ના રોવાનો અવાજ આવ્યો, એટલે ડિલેવરી થઈ ગઈ. હું મામા બની ગયો."

કિશન - "અને હું કાકા ."

બન્ને એકબીજાને ગળે મળે છે.

કાવેરીબેન મનોમન ભગવાનનો આભાર માને છે.

વ્યોમ અને ધરાનું અંશ જન્મ લે છે. ધરાના વ્યોમ પ્રત્યે ના અતૂટ પ્રેમનું આ બાળક સાક્ષી બને છે.

ધરાની આંખોમાંથી આંસુઓ વહ્યાં કરે છે. એને એક અવિશ્વસનીય આનંદ અંદરથી મળે છે. આજે એ માતા બની હતી. **જગતની સર્વશ્રેઠ પોસ્ટ એને મળી હતી.**

ડોકટર - "congratulations, ધરાએ બેબી બોય ને જન્મ આપ્યો છે."

મુકેશભાઈ - "થેન્ક યુ ડોકટર. "

ડોકટર - "થોડા ફોર્મ ને ભરવાના છે અને પેપરવર્ક છે તમે આવજો એટલે થઈ જાય."

મુકેશભાઈ - "હા, કિશન તમે બન્ને જાવ અને પેંડા, રમકડાં, કપડાં જે ગમે એ લઈ આવો."

મુકેશભાઈના આનંદનો પાર નથી રહેતો.

ધરાને વોર્ડમાં શિફ્ટ કરવામાં આવે છે.

નર્સ - "હવે ધીમે ધીમે બેસવાની કોશિશ કરો અને આ બાળકને ખોળામાં લ્યો. "

ધરા ધીમે ધીમે ટેકા સાથે બેસે છે. નર્સ નવજાત શિશુ ને ધરા ના હાથ માં આપે છે

ધરા ધ્રુજતા હાથે એને હાથમાં લે છે. એક અલૌકિક લાગણીનો એને અનુભવ થાય છે.એ પોતાના અંશને નિહાળ્યા કરે છે

આંખોમાં આંસુઓનો સાગર ઉભરાઈ આવે છે .**સામાન્ય રીતે વાદળો મન મુકીને ધરા પર વરસતા હોય છે પણ આજે ધરા મન મુકીને વરસી રહી હતી, વ્હાલ વરસાવી રહી હતી, ધરાના આંસુઓની ધારા હૃદય અને મનને પાવન કરી રહી હતી.**

હાજર સૌ તમામ આ ક્ષણને માણ્યા કરે છે.ત્યારબાદ ધરા બાળકને પોતાના ગાત્ર પાસે લઈ જાય છે અને વ્હાલ કરે છે. નર્સ ધરાને બાળકને સ્તનપાન કરાવવાવનું કહે છે.ધરા ધીમે ધીમે

કોશિશ કરે છે.કાવેરીબેન એને મદદ કરે છે. ત્યારબાદ દાદી અને નાની, મામા અને કાકા, દાદા બધાં આ નવા મહેમાનને રમાડે છે.

ધરા - "મમ્મી, વ્યોમ હજી નથી આવ્યાં?"

મીનાબેન - "હા, એ નીકળો એને તો કેટલોય સમય થઇ ગયો. કિશન ફોન કર તો એને ."

કિશન - "મમ્મી, ભાઈ તો. ."

મીનાબેન - "શું ભાઈ . .??"

કિશન - "ભાઈ તો નહીં આવે આજે. "

ધરા - "કેમ નહિ આવે ?"

મીનાબેન - "ધરા, તું સુઇજા આરામથી, ડિલેવરી પછી તરત બહુ બોલબોલ કરાય, બહુ ચિંતા ન કરાય, ચાલ આરામથી સુઇ જા."

મીનાબેન ધરા ને આરામ કરવા કહે છે.

કિશન - "ભાઈ ની સ્કૂલમાં ઇન્સ્પેકશન આવવાનું હતું એટલે એ ન નીકળી શક્યા."

મીનાબેન - "ઓહહહ. "

કિશન - "ભાભી અને તમે બધાં પછી ટેંશનમાં આવી જાવ એટલે એણે ડિલેવરી પહેલાં કહેવાની ના પાડી હતી ."

મીનાબેન - "આવવા દે પપ્પા ને એનો વારો કાઢશું હો. "

ધરાને આ વખતે બહુ દુઃખ થતું નથી. કદાચ મા બની ગઇ એટલે કુદરતે એને વધુ સહનશક્તિ આપી દીધી હશે એટલે !! છતાં એને એક અફસોસ રહે છે કે આ સમયે જો વ્યોમ એની પાસે હોત તો જીવનના સૌથી યાદગાર પળોને એ સાથે મળીને જીવત.

કિશન વ્યોમને આ સારા સમાચાર આપે છે. વ્યોમ ખુશીથી નાચી ઊઠે છે. એ શાળાના તમામ બાળકો માટે ચોકલેટ અને મીઠાઈ મંગાવે છે. સ્ટાફ સાથે આ ન્યૂઝ શેર કરે છે. વિજયને પણ ફોન કરી આ સમાચાર આપે છે.

એક પિતાને હંમેશા પરિવારથી દૂર રહેવું પડે છે પરિવાર માટે. !!! ત્યાગ વિશે જ્યારે વાતો કરવામાં આવે ત્યારે હંમેશા સ્ત્રીઓને આપણા સમાજમાં અને શાસ્ત્રોમાં પ્રાધાન્ય આપવામાં આવે છે અને પુરુષને લોહપુરુષ અને શૂરવીર માની એનાં ત્યાગ કે પરિવાર માટે કરેલ બલિદાનની નોંધ પણ ભાગ્યે જ લેવામાં આવે છે !!!

વ્યોમ - "(મનમાં) વેલકમ જુનિયર. લવ યુ બેટા, હું જલ્દી તારી પાસે આવી જઇશ ."

વ્યોમ ફોન કરે છે અને બધાં સાથે વાત કરે છે.

વ્યોમ -"મમ્મી, કેવો છે એ તો કયો. ?"

મીનાબેન - "એકદમ શ્યામ વર્ણ અને તોફાની. !!"

વ્યોમ - "કયોને મા. ?'

મીનાબેન - "આપણે ત્યાં બાળકના કોઈ વખાણ ન કરે એવું કહેવાય કે મા ની પણ નજર લાગી જાય. વજન ને બધું બરાબર છે."

એટલીવારમાં જુનિયર વ્યોમ ઊઠી જાય છે અને રડવા લાગે છે.

વ્યોમ ને ફોનમાં એનો અવાજ સંભળાય છે.

વ્યોમની આંખો પણ ભરાઈ આવે છે.!!!!

મીનાબેન - "ચાલો ભાઈ જાગી ગયા હવે પછી નિરાંતે ફોન કરજે."

દરેક પુરુષના જીવનમાં એવી ક્ષણો આવે જ છે જ્યારે એ ભાવુક થઈ જાય. જો કે મોટાભાગે પુરુષો "હું પ્રેક્ટિકલ છું", "આપણે કુલ છીએ "એવા નેજા હેઠળ પોતાને બિન અધિકૃત રીતે મજબૂત બતાવતા હોય છે !!!

સ્કૂલનું બે દિવસનું ઇન્સ્પેકશન હોય છે. હજી બીજા દિવસનું ઇન્સ્પેકશન બાકી હોય છે એટલે વ્યોમ હજી નીકળી શકે એમ ન હતો.

ધરા ને બીજા દિવસે હોસ્પિટલમાંથી રજા આપવામાં આવે છે.

રિયા અને કિશન ફૂલો સાથે નવા મહેમાનનું સ્વાગત કરે છે .

રિયા - "મને આપો હવે, મને એક તો હોસ્પિટલમાં અંદર ન આવવા દીધી."

કિશન - "હા અલ્યો ફઇબા"

રિયા - "ફઇબા ફઇબા નહિ કેવાનું, હું કઈ એવડી મોટી નથી."

મીનાબેન - "એ તો ફઈ થા તો ફઇ જ કયે ને !!"

રિયા - "ના હો, દીદી કેવાનું મને."

કિશન - "ફઇબા, ફઇબા ."

અને બન્ને મજાક કરવા લાગે છે. આ બધું જોઈ જય અને ધરાને પણ પોતાનો સમય યાદ આવી જાય છે.રિયા બાળકને રમાડે છે.

ધરાને દોરી વાળા ખાટલા પર ગોદડું પાથરી સુવડાવવામાં આવે છે. નીચે ધીમોધીમો તાપ રાખવામાં આવે છે.

મુકેશભાઇ - "આ બધું ક્યાં તે જુના જમાનાનું ચાલુ કર્યું. !!"

મીનાબેન - "એય, તમને આમાં કઇ ખબર ન પડે, બધું જૂનું કઇ નકામું ન હોય. કાલે સવારે તમે કહેશો તું ય જૂની થઈ ગઈ."

મુકેશભાઈ - "ના, ના મારે બહારે થોડું ખાવું છે.!!"

ઘરમાં નાનું બાળક આવે એટલે એક અલગ જ માહોલ સર્જાય જાય છે. બાળક સર્વેનું કેન્દ્ર બિંદુ થઈ જાય છે. રોજિંદા સમયપત્રકનું ત્યારે કોઈ મહત્વ રહેતું નથી. બાળક તો નાઈટ ડ્યુટી પણ કરાવે, દિવસે સુતું રહે અને રાતે જાગતું રહે અને સૌને જગાડતું રહે.

સાંજ થઈ જાય છે.

કાવેરીબેન - "મીનાબેન હવે અમે રજા લઈએ."

મીનાબેન - "હવે રોકાઈ જાવ કાલે નીકળી જાજો."

કાવેરીબેન - "ના, ના હવે ઘરે જઈએ.તમારા ભાઈ એકલાં છે, ખાધે પીધે દુખી થાય અને અમારેય હવે લાડવા લઈને આવવાનું છે તો એ પણ બધું તૈયારી કરીએ."

મીનાબેન - "આપણે અહીંયા બધું બનાવી નાંખશું, ભલે તમારા જેટલું સ્વાદિષ્ટ મને નથી આવડતું "

કાવેરીબેન - "ના, ના પણ અમારી ફરજમાં આવે એ તો કરીએને અને પછી અમે ધરાને ત્રણ ચાર મહિના આરામ કરવા પણ લઈ જાશું."

કિશન આ સાંભળે છે.

"ત્રણ ચાર મહિના ? તો તો આ ભાઈ ને રમાડશે કોણ.?"

જય - "એના મામા ."

કિશન - "ના હો એમ આટલું એને રોકાવા નહિ દઈએ. "

કાવેરીબેન - "તમે પણ આવતા રહેજો. "

મીનાબેન - "તમને ઠીક લાગે એમ. તમે તરત આવી ગયાં મને ઘણો ટેકો થઇ ગયો."

****

રાત પડે છે અને જુનિયર વ્યોમ રડવાનું ચાલુ કરે છે. આજુબાજુમાં બધાને ખબર પડી જાય છે કે અહીંયા નાનું બાળક આવી ગયું છે.

ધરા એને શાંત કરે છે પણ આ તે શાંત થાય, બધાં વારાફરતી એને મનાવે છે, છેલ્લે રાતે મોડે મોડે એ સુવે છે અને ત્યારબાદ બધા સુવા જાય છે.

બીજા દિવસે ધરા ને વ્યોમ નો ફોન આવે છે.

વ્યોમ - "કેવી છે તબિયત તારી ?"

ધરા -"હા, બસ સારી "

વ્યોમ - "શું કરે મારો કાનો ? "

ધરા - "એ ભાઈ સુતા અમને બધાને અડધી રાત સુધી જગાડ્યા. "

વ્યોમ - "તો તો તોફાની. મારુ આજે ઇન્સ્પેકશન પૂરું થશે એટલે હું સીધો ઘરે આવી જઇશ."

ધરા - "હા, આવો હવે અને રજા મૂકીને જ આવજો થોડાક દિવસ ની."

વ્યોમ - "હા."

વ્યોમનું ઇન્સ્પેકશન પૂરું થાય છે અને એ ઘરે આવવા નીકળે છે.

***

ઘરે પહોંચીને વ્યોમ સીધો જ એના પુત્રને હાથમાં લઈ લે છે.

એ રડવા લાગે છે.

ધરા - "ધીમે, સાવ આમ ન હોય. એને હળવેથી હાથ લગાવાય."

વ્યોમ - "હા, સોરી પણ મારા થી રાહ ન હતી જોવાતી એટલે."

ધરા - "આજે એની રાશિ જોવડાવી છે અને પછી સારું નામ વિચારવું છે."

વ્યોમ - "હા "એમ કહી એ ધરા ને પોતાની નજીક લે છે અને કપાળ પર વ્હાલથી ચુંબન આપે છે.

"થેન્ક યુ, તે મને બહુ મોટું ગિફ્ટ આપ્યું છે."

મીનાબેન ત્યાં જમવાનું લઈને આવે છે.

વ્યોમ - "આહા, આવો સરસ શિરો, અમને તો કોઈદી નથી ખવડાવ્યો મા."

મીનાબેન - "એ ડિલેવરીવાળા માટે જ હોય."

વ્યોમ - "કેમ તો હું પણ બાપ તો બન્યો જ છું ને."

મીનાબેન - "હા એ તો ડિલેવરી વખતે હોત તો ખબર પડત. "

રા - "(મનમાં) સાચી વાત છે પણ આ મોટા સાહેબ ને ક્યારેક મિટિંગ હોય, ક્યારેક ઇન્સ્પેકશન હોય, ટાઈમ જ ન હોય. હવે હું તો મારો પ્રેમ આ કુમળા ફૂલ પર વરસાવ્યા કરીશ ."

કાવેરીબેન અને ધરાના પિયરમાંથી કૌટુંબિક સ્ત્રીઓ લાડવા લઈને આવે છે. સુવાવડ પછી સ્ત્રીને પોષણ પૂરતું મળે એટલા માટે પિયરમાંથી અથવા ડિલેવરી જો પિયર થઈ હોય તો સાસરીમાંથી લાડવા લાવવામાં આવે છે. આ લાડવા ગુંદ, ભરપૂર ઘી, સૂંઠ અને અન્ય મસાલાયુક્ત પોષણસભર હોય છે. ડિલેવરી પછી જેને આપણે કાટલું કહીએ છીએ એ આપવાનું કારણ પણ એ જ છે કે સ્ત્રીનું પોષણસ્તર જળવાઈ રહે અને બાળકને પણ એ પૂરતું ધાવણ આપી શકે.

નામકરણ

ઘોડિયામાં પીપળના પાન બાંધવામાં આવે છે. હવે નામ આપવાની સામાજિક સત્તા આમ તો ફઇની હોય છે એટલે અહીંયા રિયા એ નામ આપવાનું હતું.રિયાએ મનમાં એક સરસ નામ વિચારી રાખ્યું હતું અને એ બાળકની રાશિને અનુરૂપ પણ હતું.

“ઓળી ઘોળી પીપર પાન. .

ફઇએ પાડ્યું **ક્ષિતિજ** નામ. .”

આમ ધરા અને વ્યોમના અંશને ક્ષિતિજ નામ આપવામાં આવે છે.

***

બીજે દિવસે લગભગ દરેક ઘરમાં હોય એ રીતે માનતા ઉતારવા અને આશીર્વાદ લેવા સૌ કુળદેવીના અને કુટુંબના સુરાપુરા દેવના દર્શને ક્ષિતિજને પગે લગાડવા લઈ જાય છે ત્યારબાદ જ ધરાને પિયર મોકલી શકાય એવું હોય છે.

આ સમય દરમિયાન ધરા અને વ્યોમ ક્ષિતિજનું ધ્યાન રાખવામાં જ હોય છે એકબીજાને સમય આપી શકતા નથી. જો કે એક

બાળકના આવ્યાં પછી મોટાભાગે માતા પિતાનો સમય બાળકને જ સમર્પિત થઈ જાય છે.

વ્યોમની રજા પૂર્ણ થાય છે અને એ એના પ્લાનિંગ મુજવ જતો રહે છે. વ્યોમ ક્ષિતિજ નો જન્મતારીખનો દાખલો, હોસ્પિટલનું બિલ, મકાન બનીને પૂર્ણ થઇ ગયું હોય એનું છેલ્લું પેમેન્ટ, ઘરની બીજી નાની મોટી જરૂરિયાતો આ તમામ કામકાજ પૂર્ણ કરી પછી નીકળે છે.

વ્યોમ - "મન તો નથી થતું જવાનું પણ જવું પડશે.તારું અને ક્ષિતિજ નું ધ્યાન રાખજે. ઘરે સરસ આરામ કરી લે જે ."

ધરા - "હા, તમે પણ ધ્યાન રાખજો અને પાછા આવજો."

વ્યોમ - "કોશિશ કરીશ પણ હવે વસ્તીગણતરી અને પરીક્ષા આવશે તો આવવું અઘરું રહેશે.તું ઘરે આવી જઈશ પછી હું આવી જઈશ."

ધરા સમજવાની કોશિશ કરે છે. દરમિયાન વ્યોમ ક્ષિતિજ ને હાથમાં લે છે અને એ રડવા લાગે છે.

ધરા - "ધીમે. "

વ્યોમ - "આ ખોટો છે, મેં એને પ્રેમથી જ તેડ્યો છે."

ધરા - "હજી એ નાનો છે એને તમારા સ્પર્શની ટેવ ન હોય"કહી ધરા એને પોતાના હાથમાં લઇ છે. એ શાંત થઈ જાય છે.

વ્યોમ અને ધરા અલગ પડે છે.

ધરા ત્યારબાદ પિયર આવે છે અને માતૃત્વનો આ સુવર્ણ સમય પસાર કરે છે. આ જ સમય દરમિયાન એને પરીક્ષાના મેરીટ મુજબ સરકારી શાળામાં શિક્ષક તરીકે નોકરી પણ મળી જાય છે.

ધરા હાજર થઈ જાય છે અને ત્યારબાદ મેટરનીટી રજા પણ મુકી દે છે. એને પણ બીજાં જિલ્લામાં અંતરિયાળ વિસ્તારમાં વતનથી સવા બસો કિમી દૂર નોકરી મળે છે.

ત્યાં રહેવા માટે અન્ય કોઈ સગવડ હતી નહિ આથી જે તે સમયે ધરાને નજીકના તાલુકામાં રહી અને ત્યાંથી અપડાઉન કરવું પડશે એવી સ્થિતિ હતી.

વચ્ચે ક્ષિતિજ ને રમાડવા કિશન અને રિયા પણ ત્યાં આવે છે. કાવેરીબેન ધરાનું અને ક્ષિતિજનું બહુ સારી રીતે ધ્યાન રાખે છે.

આમ ને આમ ત્રણ મહિના વીતી જાય છે .ધરાને ત્યારબાદ મીનાબેન અને મુકેશભાઈ ઘરે પરત લેવા આવે છે. ધરા આટલા બધા દિવસથી અહીં હતી એટલે અને ક્ષિતિજ પણ બધાનો પ્રિય થઈ ગયો હોય હવે એને ઘરે પરત ફરતા જોવા અઘરું હતું. કાવેરીબેન ધરાને વ્હાલ કરી રડવા લાગે છે. એ ક્ષિતિજને પણ આલિંગનમાં લે છે. જય તો બિલકુલ ઉદાસ થઈ જાય છે. જીવનની આ જ રીત છે, મળીએ અને વિખુટા પડીએ, વિખૂટા પડી ફરી મળીએ. અહીં કાયમ જેવું કશું નથી, સતત પરિવર્તન થયા કરે છે.

***

ધરા ઘરે પરત ફરે છે અને ફરી પોતના સંસારમાં લાગી જાય છે. મીનાબેન ક્ષિતિજની બધી સંભાળ લે છે અને ધરા પર વધુ જવાબદારી આવવા દેતા નથી.

સવારનો સમય હોય છે. રોજિંદા કામ પુર્ણ કર્યા બાદ ધરા અને મીનાબેન તથા સૌ સાથે બેઠાં હોય છે. મીનાબેન ક્ષિતિજને તેલનું મસાજ કરતા હોય છે. એ પણ ખિલખિલાટ સૌ સામે જોઈ અને હસતો હોય છે.

મીનાબેન -"ધરા, હવે તમે શું કરશો, હમણાં તારે રજા પુરી થઇ જશે અને નોકરી એટલી બધી દૂર છે."

ધરા - "થોડો સમય મમ્મી ને બોલાવી લઈશ, થોડાક દિવસ તમે આવજો ત્યાં એટલે ધીમે ધીમે બધું ગોઠવાઈ જાય."

મીનાબેન - "આ છોકરો ત્યાં રહી શકશે? "

ધરા પણ વિચારવા લાગે છે. સગવડ તો નહીં ત્યાં કઈ.

ધરા - "વ્યોમ આવે એટલે એને જ કહેશું, એવું હશે તો બદલીની અરજી કરી દઈએ, ક્યાંક નજીક મળી જાય તો."

મીનાબેન - "હા, એ બરાબર."

****

થોડા દિવસમાં વ્યોમ પણ ઘરે આવે છે. બપોરે ધરા વ્યોમને ભાવતું તમામ જમવાનું બનાવે છે. જમ્યા બાદ વ્યોમ ક્ષિતિજ ને રમાડવા લાગે છે. થોડીવાર બાદ ધરા પણ ત્યાં આવે છે.

થોડી વ્યવહારિક વાતચીત થાય છે.ત્યારબાદ

ધરા - "હવે હમણાં આ રજા પુરી થઇ જશે તો શું કરશું.આ તો હજી નાનો છે, હું રજા લંબાવી દઉં તો."

વ્યોમ -"તારી બધી રજા વપરાય જશે અને બીજી રજા હવે તને ન મળે. "

ધરા થોડી હતાશ થઈ જાય છે. - "તો શું કરશું ?"

વ્યોમ - "હવે એક જ વસ્તુ કરવી પડે."

ધરા - "શું ?"

વ્યોમ - "ક્ષિતિજ ને મમ્મી પાસે રાખીને તારે એકલી એ ત્યાં નોકરી કરવા જવું પડે."

ધરા ધ્રુજી ઊઠે છે. અચાનક જ એની સામે એક એવી પરિસ્થિતિ આવી ગઈ હતી જેના વિશે એણે વિચાર્યું પણ ન હતું.

વ્યોમ - "તું ચિંતા ન કર, આપણે બદલી ની અરજી પણ કરી દેશું. પતિ પત્નીનો એક પરિપત્ર છે જ કે બન્ને જો નોકરી કરતા હોય તો બન્ને ને સાથે રહી શકે એમ નોકરીનું સ્થળ આપવું."

અંધારી ઓરડીમાં ક્યાંક અજવાળું કરતું કિરણ એને દ્રશ્યમાન થાય છે.

ધરા મનોમન વિચારે છે કે જે વસ્તુ કરવાની જ ન હતી એ આ સમય કરાવે છે. સરકારી નોકરી આમ દરેકનું સ્વપ્ન હોય છે પણ એ નોકરી કરવા માટે બીજાં કેટલા સ્વપ્નો ઘિરાણમાં મુકવા પડે એ કોઇ જાણી શકતું નથી. ધરાની રજાઓ પૂર્ણ થાય છે અને હવે ધરાને નોકરી માટે ઘરેથી દૂર થવાનો સમય આવી જાય છે.

માતા સમાન મહાન અને માતાથી વધુ સહનશીલ કોઈ હોય શકે ખરાં ?

ભૂકંપો એક પછી એક આવ્યાં કરે છે પણ અતૂટ રહે છે ધરા. !!!

ધરાનો સામાન પેક કરવામાં આવે છે. એ ક્ષિતિજને રોજની જેમ પોતાની પાસે જ સુવડાવે છે. એને ખૂબ બેચેની લાગે છે. એ પથારી પરથી ઊઠી જાય છે. એ ક્ષિતિજને ચુંબન કરે છે અને બારી પાસે જતી રહે છે.

એ બેબાકળી થઈને વ્યોમને ફોન કરે છે.

ધરા -"વ્યોમ, જાગો છો ને સુઈ નથી ગયાંને ?"

વ્યોમ -"બસ, સુવાની તૈયારી કરતો હતો."

ધરા -"હું શું કહું છું કે હું ક્ષિતિજને લઈ જાવ મારી સાથે, હું ધ્યાન રાખી લઈશ એનું."

વ્યોમ -"ધરા, એ હજી વરસ દિવસનો પણ હવે થશે, એને એકલો ન રાખી શકાય અને એ ત્યાં ગામડામાં કેવી રીતે રહેશે. ભાડાનું મકાન હોય, લાઈટના કંઈ ઠેકાણા ન હોય, મેડિકલ સ્ટોર ન હોય, ડોકટર ન હોય, તું જાણે જ છે બધું અને તું તૈયાર પણ થઈ ગઈ હતી એને મમ્મી પાસે મૂકીને જવા, આમ હવે અચાનક એને લઈ જવાની વાત કેમ કરે છે ?"

ધરા - "કેમ કરે છે એટલે વ્યોમ, હું એની મા છું. મેં એને જન્મ આપ્યો છે અત્યાર સુધી એને મેં એક દિવસ તો શું એક કલાક પણ મારાથી અલગ નથી કર્યો અને તમે એમ કયો છો કે તું એને મમ્મી પાસે મૂકી દે."

ધરાથી રહેવાતું નથી અને એ ફોન મૂકી દે છે.

એનાથી ડૂસકે ડૂસકે રડાય જાય છે.

"હે ભગવાન,મારે મારા દિકરાથી અલગ થઈ ને નથી જાવું, મને એનાથી તો અલગ ન કરો. !!!"

બારીના પડદાઓ ચલિત થતા રહે છે. બારી પવનના લીધે થોડી હલન ચલન કરે છે. રૂમમાં નીરવ શાંતિ હોય છે. ધરાને વહેલી સવારે નિકળવાનું હોય છે. ધરા અગાઉ ક્ષિતિજને ઘરે બધા હશે તો એનું ધ્યાન રહેશે. મમ્મી એનું મારાથી પણ વધુ ધ્યાન રાખશે, એને બધા રમાંડ્યાં રાખશે એમ વિચારી તૈયાર તો થઇ ગઇ હતી.પણ હવે જ્યારે એ ઘડી નજીક આવી ત્યારે એ પડી ભાંગી .

રૂમની લાઈટ ચાલુ જોઈ મીનાબેન ત્યાં આવે છે.

મીનાબેન -"ધરા, હજી નથી સૂતી સુઇજા હવે સવારે મોડું થઇ જશે."

એમ કહી એ રૂમમાં આવે છે.

ધરા એમને ભેટી પડે છે અને રડવા માંડે છે.

- "મમ્મી, હું મારા દીકરાને મૂકીને કેમ જઇશ.એ હજી કેટલો નાનો છે, એ મારા વગર કેમ રહેશે. "

એ સતત રડ્યા રાખે છે. આંસુઓની જાણે સુનામી આવી જાય છે.

જીવનમાં આ કેવી પરિસ્થિતિઓ આવતી રહે છે. જ્યારે કંઈક મેળવવા હંમેશા કઈક ગુમાવવું જ પડે છે.

મીનાબેન -"ધરા, બેસી જા અહીંયા શાંતિથી, જો મારી વાત સાંભળ. "

એ ધરા ને બેસાડે છે અને પાણી પીવડાવે છે.

ધરા - "મમ્મી, હું મારા માતાપિતા ભાઇ બધું છોડીને આ ઘરમાં આવી. ."

રડતાં રડતાં. .

"આ ઘરમાં હજુ પુરી સેટ ન થઈ ત્યાં મારે બી.એડ કરવાનું આવી ગયું. .".

ધરા હાથથી આંસુઓ લૂછે છે. .

"બી.એડ પૂરું કરી હજુ આવી અને થોડો સમય રહી ત્યાં મને પ્રેગનેન્સી રહી ગઈ. એ દરમિયાન પણ મેં મારી ફરજ નિભાવ્યા રાખી. ટ્યુશન ચાલુ રાખ્યાં, પરિક્ષા આપી . ક્ષિતિજ ના જન્મ પછી એનું ધ્યાન રાખવામાં કે પરિવારનું ધ્યાન રાખવામાં જરા પણ કચાશ ન રાખી, આ ઘર હવે મને મારુ લાગવા લાગ્યું તો હવે આ ઘર પણ મારે છોડીને દૂર જતું રહેવાનું. .!!! વ્યોમથી તો દૂર હતી જ, હવે તમારા બધાથી અને મારા. ."

ધરા થી બોલાતું નથી . .

એ રડ્યા કરે છે. મીનાબેનની આંખમાં પણ આંસુ આવી જાય છે. એક માતા જ બીજી માતાનું દુઃખ સમજી શકે છે.

"મારા દિકરાથી પણ દૂર જવાનું. .?? "

"આ કેવી પરિક્ષા છે મારી, જ્યાં હું જીવનની સાચી મિલકત છોડીને, ભૌતિક મિલકત પાછળ જાવ છું. !!! "

મીનાબેન - "ધરા, તારી જાતને સંભાળ, તારે કઠોર થવું જ પડશે, હજુ તો તારે નોકરી ની શરૂઆત પણ નથી થઈ, આમ અત્યારથી જ તું ઢીલી થઈ જઈશ તો કેમ ચાલશે ? અને વિચાર કર તારે અહીંયા અમે ક્ષિતિજ ને સાચવવા વાળા કેટલા બધા છીએ, આપણે ત્યાં ઘણાં એવા પણ પતિ પત્ની છે જેના બાળકને સાચવવા કોઈ નથી હોતું, બંને ને આજના સમય પ્રમાણે કામ પણ કરવું પડે છે, ક્યારેક કેર ટેકરના ભરોસે તો ક્યારેક નર્સરીના ભરોસે

બાળકને મૂકવું પડે છે. અને તું એકવાર ત્યાં વ્યવસ્થિત સેટ થઇ જા પછી અમે આવશું જ ને ત્યાં ."

આ સમયે દુનિયાની કોઈપણ દલીલ ધરાને સમજાવી શકે એમ ન હતી. એક માતાએ એના કુમળા હૃદયના ટુકડાથી અલગ થવું પડે એનાથી વધુ પીડાદાયક કઇ ન હોઈ શકે .

ધરા - "(મનમાં) **આટલું દર્દ, આટલી તકલીફ તો મને ડિલેવરી વખતે પણ ન હતી થઈ, ત્યારે તો મને ઘણાએ અગાઉ કહ્યું હતું કે દુખાવો થશે પણ આજની આ પીડા વિશે તો કોઈએ મને અગાઉ જાણ પણ નથી કરી . !!!**

એ ક્ષિતિજ ને આલિંગનમાં લઈ સુઈ જાય છે અને થોડીવારમાં સૂર્યોદય થઇ જાય છે.

ધરા તૈયાર થઈ જાય છે. ભગવાનના મંદિરમાં દીવો પ્રગટાવે છે.

ધરા -"હે પ્રભુ, આજથી હું મારા દિકરા અને આ પરિવારથી દુર નોકરી માટે જઈ રહી છું. મને શક્તિ આપજો કે હું જઇ શકું. "

બંધ નેત્રોમાંથી પણ રસ્તો કરી કોઇ ડેમ તોડીને પાણી જેમ ધસી આવે એમ અહીં આંસુઓ વહી જાય છે.

ક્ષિતિજ હજુ સૂતો હોય છે. ધરા એને ગાત્ર પર ચુંબન કરી ભારે હૃદયે ઘરની બહાર જવા પગ લંબાવે છે.

બધા પરિવારજનો પણ ભાવુક થઈ જાય છે.રિયા અને કિશન પણ ઢીલા પડી જાય છે. બન્ને ને ધરા સાથે એક મજબૂત બંધન થઈ ગયું હતું.

મીનાબેન - "ધરા, જરા પણ હિંમત હાર્યા વિના જા, **તું મારી રિયા નહીં મારો બીજો વ્યોમ છો. !!!! "**

મુકેશભાઈ અને કિશન ધરાને બસ સ્ટેન્ડ સુધી મુકવા જાય છે. ધરા બસ માં બેસી જાય છે. બાજુમાં જ કોઈના બાળકના રડવા નો અવાજ આવે છે, ધરાને એમ લાગે છે કે ક્ષિતિજ રડે છે.

એ ડ્રેસની ચુનરી મોઢામાં દબાવી દે છે કારણ કે જો એ ન કરે તો એનાથી ક્યાંક મોટી બુમ પડાઈ જાય એમ હતું.

એ વ્યોમને મનોમન યાદ કરે છે કે કાશ એ આજે સાથે હોત તો મને ઘણી માનસિક સાંત્વના મળત પણ વ્યોમ એના ઓફિશિયલ કામમાંથી નીકળી શકતો નથી અને **ધરા એક નવા વળાંક પર વહેતાં આંસુઓ, વિદાયની વેદના અને અતૂટ પ્રેમ અને મમતા સાથે એકલી જ નીકળી પડે છે. . !!!!**

ધરા એના નિયત સ્થળે પહોંચી જાય છે.બસમાંથી સમાન લઈ એ નીચે ઉતરે છે.બસ સ્ટેન્ડની થોડીક જ આગળ એની શાળા હોય છે.ધરા સ્કૂલે પહોંચી જાય છે. એ હાજર થઈ વર્ગખંડમાં બાળકોને ભણાવવા લાગી જાય છે. ત્યાં એનો પરિચય સંગીતાબેન સાથે થાય છે. સંગીતાબેન પણ ત્યાં સ્કૂલમાં જ નોકરી કરતાં હોય છે.

રિસેસ સમયે. .

સંગીતાબેન - "ધરાબેન, કેમ આટલા ઉદાસ છો આજે પહેલો દિવસ છે, ઘર છોડીને આવ્યાં એટલે ?"

ધરા - "હા, મારે નાનો બાબો છે એને હું ઘરે મૂકીને આવી છું ક્યાંય ચેન નથી પડતું. "

સંગીતાબેન -"સારું છે તમારી પાસે કંઈક મુકવા જેવું તો છે જે તમને યાદ આવે અને રડાવે. "

ધરા - "એટલે ? "

સંગીતાબેન - "અહીંયા જોવો લગ્ન થયાં, લગ્ન તૂટી ગયાં, માં બાપ ઉપર જતાં રહ્યાં, ભાઇ ભાભી પણ નામના છે. હું એકલી જીવન જીવું છું. પરિવાર જ નથી કોઈ. !!! "

ધરા - "ઓહહ, સોરી મને ખ્યાલ ન હતો કઈ. "

ધરા વિચારે છે કે આપણે હંમેશા આપણું દુઃખ મોટું લાગે છે પણ આ દુનિયામાં બીજાં ઘણાં એવા છે જેને આપણાથી પણ વધુ તકલીફ હોય અને જીવતાં હોય. જીવનનું બીજું નામ જ કદાચ સંઘર્ષ છે. !!!!

***

આ બાજુ ક્ષિતિજ ઊઠે છે એને ધરા ક્યાંય દેખાતી નથી. એ રડવા લાગે છે. બધાં એને શાંત કરવાની કોશિશ કરે છે પણ એ શાંત થતો નથી. નાના બાળકની નજર સતત પોતાની મા ને શોધ્યા કરે છે. એની આ પરિસ્થિતિ જોઈ રિયા અને મીનાબેન પણ ઢીલા થઈ જાય છે.

અંતે કિશન એને બહાર લઈ જાય છે અને પાર્કમાં થોડીવાર આમ તેમ ફેરવે છે ત્યારે ક્ષિતિજ છાનો રહે છે.

છતાં એની નજરો એની માતાને શોધ્યા કરે છે એ બોલી નથી શકતો પણ અંદર અંદર એને દુઃખ થયા કરે છે.

દરમિયાન વ્યોમનો ઘરે ફોન આવે છે.

વ્યોમ - "મમ્મી, કેવું છે બધું ?"

મીનાબેન - "શું કેવું છે બધું . તું આ નોકરીમાં જલ્દી બદલી ની અરજી કર અને હવે તારા પરિવારમાં ધ્યાન આપ કઈક. ".

વ્યોમ -"કેમ શું થયું. ?"

મીનાબેન -"ધરા રડતી રડતી ઘરેથી ગઈ, આ છોકરો રહતો નથી, એને એની મા તો યાદ આવે ને. ?"

વ્યોમ - "પણ મમ્મી બીજો કોઈ રસ્તો હતો ખરી.?"

મીનાબેન - "તું હવે જલ્દી બદલી માટે કંઈક કર. તમે પણ ભેગા રહી શકો. બધાં અલગ અલગ, જીવન સાવ નીરસ થઈ જશે. "

વ્યોમ ફોન મૂકી દે છે અને વિચારવા લાગે છે.

"અત્યારે બે માણસ કમાઈએ એટલે બાળકોનું આવનારું જીવન સારું રહે. અત્યારે ક્ષિતિજ ને અને ધરનાને ભલે આ ન ગમતું હોય પણ જયારે બધી સગવડ મળશે, જીવનજરૂરી બધી વસ્તુઓ મળી રહેશે ત્યારે અમને યાદ કરશે. "

***

કાવેરીબેન - "એ સાંભળો છો. મારી દીકરી એનાં નાના ફુલને મૂકીને આજે નોકરી એ એકલી ગઈ, હાલો આપણે કાલે એને મળી આવીએ ઘડીક ભેગાં રહેશું તો એને સારું લાગશે. "

ઘરનું કામ કરતાં કરતાં કાવેરીબેન પંકજભાઈને કહે છે. પંકજભાઇ તૈયાર થઈ જાય છે.બીજે દિવસે ધરાને મળવા માટે તૈયારી કરી લે છે.

***

રાતનો સમય હોય છે. ધરાને હાલ કોઈ મકાન મળ્યું ન હોય એ આજે સંગીતાબેન ની સાથે એના રુમે જ આવી જાય છે.

ધરા બરાબર કઈ જમતી નથી.

સંગીતાબેન - "થોડુંક જમી તો લ્યો. "

ધરા રડવા લાગે છે. - "ગળે થી ઉતરવું તો જોઈએ ને. !!! મારો દીકરો મને સતત યાદ આવે છે. ખબર નહિ એણે કઈ જમ્યુ હશે કે નહીં, મેં એને આ નોકરીની પળોજણ માં ધાવણ પણ વહેલું છોડાવી દીધું. "

સંગીતાબેન - " થોડાક દિવસ બધાને અઘરું લાગશે પછી બધું ટેવાઈ જશે. "

ધરા ત્યારબાદ ઘરે ફોન કરે છે

ધરા - "મમ્મી, શું કરો, ક્ષિતિજ શું કરે ?"

મીનાબેન - " સવારે થોડી વાર રડ્યો હતો પણ કિશન એને બહાર લઈ ગયો એટલે વાંધો ન આવ્યો. એ શોધે તો છે તને પણ હવે શું થાય ? "

ધરા - "મમ્મી, એનું ધ્યાન રાખજો હો. એને ધૂળમાં બહુ રમવા ન દેતા એને શરદી થઈ જાય છે અને એને ઠંડુ દહી પણ ન આપતા એને બહુ ભાવે છે પણ પછી એને શરદી થઈ જાય છે. "

મીનાબેન -"હા ધરા નહિ આપીએ ચિંતા ન કર અમે એની પાછળ જ આખો દિવસ રહેશું. "

થોડીવાર બાદ ધરાને વ્યોમનો ફોન આવે છે.

વ્યોમ - "હેલ્લો ધરા. "

ધરા કંઈ બોલી શકતી નથી.

એ એના જીવનના સૌથી પ્રિય બન્ને થી આજે દૂર હતી.

વ્યોમ - "જમ્યુ. ?"

ધરા રડતાં રડતાં - "હા "

વ્યોમ - "ગમતું નથી ?"

ધરા - "હા ."

વ્યોમ - "ક્ષિતિજની યાદ આવે છે ? "

ધરા - "હા "

વ્યોમ - "ઘરની યાદ આવે છે ?"

ધરા - "હા "

થોડીવાર કોઈ કઈ બોલતું નથી. બન્ને ખાલી એકબીજાના શ્વાસને સાંભળ્યા કરે છે.

વ્યોમ - "હવે રડવાનું બંધ કર, તારા જેટલું તો આ સિરિયલોમાં નાયિકાઓ ગ્લિસરીન નાખીને રડે છે તો પણ એટલું રડતાં નથી. "

ધરા થોડું હસે છે. - "વ્યોમ ? તમને મજાક લાગે છે. એક તો મારે તમારાથી, ઘરથી અને મારા દિકરાથી દૂર રહેવાનું ."

વ્યોમ -"અરે ગાંડી, સાથે રહેવા માટે તો હજી આખી ઝિંદગી પડી જ છે ને, થોડો સમય આમ કષ્ટ ભોગવી લઈએ તો ભવિષ્યની ચિંતા થોડી ઓછી રહે . "

ત્યારબાદ થોડી બદલી અને બીજી વહીવટી વાતો કરી વ્યોમ ફોન મૂકી દે છે.

ધરા ની તબિયત સારી રહેતી નથી. ક્ષિતિજ ના વિયોગના લીધે એને તાવ આવી જાય છે.

સંગીતાબેન -"અરે, ધરાબેન તમને તો બહુ તાવ લાગે છે."

ધરા - "ના બસ આ દોડાદોડી અને આ નવા વાતાવરણ ના લીધે. "

સંગીતાબેન ધરાને ત્યારબાદ દવા આપે છે અને એને આરામથી સુઇ જવા સાંત્વના આપે છે.

બીજા દિવસનો સૂર્યોદય થાય છે.

કાવેરીબેન અને પંકજભાઇ ધરાને મળવા આવે છે.

ધરાને ઘણું સારું લાગે છે. એને જે એકલતાની લાગણી થયા કરતી હતી એ એક દિવસ માટે તો દૂર થઈ જાય છે.

કાવેરીબેન ધરાને ઘણું આશ્વાસન આપે છે અને હમણા ક્ષિતિજ મોટો થઇ જશે તને ખબર પણ નહીં પડે એમ સમજાવે છે. .

ધીમેધીમે ધરા નવા વાતાવરણ, સ્ટાફ, લોકો, બાળકો સાથે હળવામળવા લાગે છે. એને સંગીતાબેન ના ઘરની બાજુમાં જ એક રૂમ ભાડે પણ મળી જાય છે.

વચ્ચે બે ત્રણ દિવસની રજા આવે છે તો એ ઘરે જઈ આવે છે.

ક્ષિતિજ ને ખૂબ રમાડી અને વ્હાલ કરી આવે છે.

ક્ષિતિજ પણ ધીમે ધીમે હવે ધરાથી દૂર રહેવા ટેવાઈ ગયો હોય છે. સમય પણ એક દવા જેવું કામ કરે છે, ઘા ગમે એટલા વાગ્યા હોય એ ધીમે ધીમે એને રૂઝાવાનું કામ કર્યા કરે છે. પણ જે ખાલીપો કોઈ વિના જીવનમાં આવી જાય છે એની સમય ક્યારેય પુર્તતા કરી શકતો નથી. સમય સાથે વ્યક્તિ એ ખાલીપા સાથે જીવતા ટેવાઈ જાય છે.

અત્યાર સુધી વ્યોમને ઝંખતી ધરા આ પરિસ્થિતિઓ સાથે અજબ સુમેળ સાધી લે છે. હૃદય માંગણી કર્યા કરે છે પણ એ એને અવગણ્યા કરે છે. એ વિચારે છે કે થોડાક વર્ષ જશે એટલે બધું સારું થઇ જશે.

એ ઘડિયાળના કાંટા અને તારીખ સામે જોયાં કરે છે. . ઋતુઓ બદલાયા કરે છે એમ જીવનમાં પણ પરિવર્તન આવ્યાં કરે છે. .

"ઓહહ તો બદલી કરવાની છે? "

વ્યોમ - "હા, સાહેબ . "

"બદલી ના શું ભાવ ચાલે છે એ ખબર છે ?"

વ્યોમ - "હા, દોઢ થી બે લાખ. "

સામેથી (હસીને) - "અરે એ તો આજથી પાંચ વર્ષ પહેલાના ભાવ હતાં, અત્યારના ભાવ પહેલા પૂછીને આવો અને તૈયારી હોય તો જ અરજી કરો. "

શિક્ષણમંત્રી ના પી.એ એ રીતસર આ રીતે ધરાની બદલી ની અરજી ને ગળેટુંપો આપી દીધો.

ધરાને નોકરીમાં પાંચ વર્ષ થઈ ગયાં હતાં. એટલે હવે એ બદલી કરાવી શકવા માટે પાત્રતા ધરાવતી હોય છેલ્લા એક વર્ષથી વ્યોમ શિક્ષણ અધિકારી પાસેથી શિક્ષણ મંત્રી પાસે અને શિક્ષણ મંત્રી પાસેથી યુનિયન પાસે રજૂઆતો કરવા અને બદલી માટે ભલામણ કરવા જતો હતો. પણ અહીંયા મબલક રૂપિયા આપ્યાં સિવાય કામ થવાનું ન હતું એ છેલ્લે નક્કી થઈ ગયું હતું.

વ્યોમ વિચારે છે "આપણે કેટલી મહેનત કરી ભણીએ, ડીગ્રી મેળવીએ, ડીગ્રી મેળવ્યા પછી પણ પરીક્ષાઓ આપીએ, મેરિટમાં આવીએ, આટલી તનતોડ નોકરી કરીએ અને જ્યારે બદલીની કે વાત આવે તો એ પણ રૂપિયા દઈને કરાવવાની ?? આટલા રૂપિયા બાળકોના ખાતામાં ફિક્સમાં મૂકી દઈએ તો પણ એનું ભવિષ્ય બની જાય. અહીંયા જેની ભલામણ છે, રાજકારણ વાળા જેના ઓળખીતા છે એની રાતોરાત માંગણીવાળી જગ્યાએ બદલી થઈ જાય અને જે ખરેખર મહેનતી છે, જે નિષ્ઠા થી કામ કરે છે એને બસ આમથી તેમ અરજીઓ લઈ ફર્યા કરવાનું. !!!"

વ્યોમ કઈ બળવો કરવાનો ન હતો કેમ કે વ્યોમ કોઈ ફિલ્મનો નાયક કે નવલકથાનો શૂરવીર ન હતો જે આખા તંત્ર સામે લડે અને એમાં પરિવર્તન લાવવા પ્રયાસ કરે એ વાસ્તવિક જીવનનો એક સામાન્ય વ્યક્તિ હતો જે બસ પ્રયાસ કરી શકે અને છેલ્લે રૂપિયા આપી બદલી કરાવી શકે અથવા બસ જે છે એમ ચલાવ્યાં રાખે. !!!

***

સંગીતાબેન - "સમય ને જાતા વાર લાગે. ?"

ધરા -"હા, લાગે હજી કાલે જ હાજર થઈ, તમારા જોડે રુમે રોકાઈ, રાતે તાવ આવ્યો અને તમે ધ્યાન રાખ્યું . અને ખરેખર તમે ન હોત તો હું અહી ટકી શકી ન હોત. "

સંગીતાબેન - "પાંચ વર્ષ થઈ ગયાં ખબર પણ ન પડી. "

ધરા - "ચાલો, મારે પ્રિન્સિપલને મળવા જવું છે બદલી માટે થોડી વાતચીત કરી લઉં શુ થશે કે નહીં એમ. "

સંગીતાબેન - "બદલી કરાવવી અને એય આપણા વિભાગમાં થેલો ભરીને રૂપિયા દેશો ને તોય ન થાય. મારો અનુભવ કયે. આ મીનાક્ષીબેન, ગાંધીનગર બદલી કરાવી સામસામે સામે વાળા બેન ને વીસ લાખ રૂપિયા આપ્યાં અને અધિકારીઓને પાંચ લાખ ત્યારે થઈ . !!!! "

ધરા - "આ તો ધંધો થયો એક પ્રકારનો . !!! આમાં અમારા જેવા ની તો ક્યાંથી બદલી થાય. "

સંગીતાબેન - "તમે કોશિશ કર્યા રાખો ક્યાંક ભાગ્ય જોર કરતા હશે તો થઈ જશે . !!"

ધરા (મનમાં) - "તો તો નહિ જ થાય. !!!"

***

મીનાબેન - "હેલ્લો કાવેરીબેન."

કાવેરીબેન - "કેમ છે, શું કરે બધાં, ક્ષિતિજ શુ કરે. ?"

મીનાબેન - "આ રહ્યા બધા મજા કરે. " ત્યાં રસોડામાંથી સ્ટીલનો ડબો પડવાનો અવાજ આવે છે .

"આ રહ્યા આપણા ભાઈ નાસ્તો લેવા જાતા હશે ડબો પાડ્યો લાગે. ."

એ રિયા આ ભાઈ એ કંઈક પરાક્રમ કર્યું લાગે જરાક જોતો.

રિયા રસોડામાં જઇ અને જુએ છે તો ક્ષિતિજ ચણાના લોટ વાળો આખો ભરાઈ ગયો હોય છે .

રિયા - "મમ્મી, આ ભાઈ એ આખો લોટનો ડબો ઊંધો વાળી દીધો અને આખો ભરાઈ ગયો છે. હવે નવડાવવો પડશે. ".

ક્ષિતિજ - "ના, મારે નાવું નથી. "એમ કરી એ ત્યાંથી ભાગી જાય છે.

મીનાબેન - "સાંભળો છો ને અમારે આ રોજનું હોય. !!! મેં તમને એટલે ફોન કર્યો હતો કે હવે રિયા અને કિશન ના લગ્નને દસ દિવસની જ વાર છે. તમે બધાં અઠવાડિયા પેલા અહીંયા આવી જજો હો. "

કાવેરીબેન - "ના, ના આટલું વહેલું તો કેમ નીકળાય "

મીનાબેન - "નીકળાય જશે તમે આવી જજો બસ હવે મારે ક્યાં બીજા કોઈ પ્રસંગ આવશે ."

થોડીવારની વાતચીત પછી કાવેરીબેન તૈયાર થઇ જાય છે.

રિયા અને કિશન ના લગ્ન સારા અને સુખી પરિવારોમાં નક્કી થયા હોય છે.

મીનાબેન એનાં નવા ઘરમાં ચારેબાજુ નજર ફેરવે છે. બધું આલીશાન હોય છે. નવું રાચરચીલું, ટી.વી, ફ્રીજ,એ.સી આધુનિક તમામ વસ્તુઓ. ક્ષિતિજ પણ સારામાં સારી પ્લે સ્કૂલમાં જતો હોય છે. કિશન અને રિયાના લગ્નનો ખર્ચ પણ ધરા અને વ્યોમે અગાઉથી જ તૈયારી કરી રાખેલ હોય છે.

મીનાબેન વિચારે છે કે -"વ્યોમ અને ધરા એ બન્ને એ પોતાનું સુખ પછી અને પરિવારનું સુખ પહેલા એમ માની જીવન જીવ્યું છે.આજે આ જે વૈભવ છે એ બધો એ બન્નેની અથાગ મહેનતના લીધે જ છે. હવે બસ ભગવાન એમને મેળવી દે. એ બંને ભેગાં રહ્યાં જ નથી. "

***

"કેટલાં. ?"

"આઠ લાખ. ."

વ્યોમ જે માણસ બદલીનું કામકાજ કરે છે એને બદલીના નવા ભાવ પૂછે છે.

વ્યોમ - "ભાઈ આઠ લાખ કેમ થાય એય ખબર છે તમને?"

"જો ભાઈ એ બધું જોવા જઈએ તો અમે આ બદલીનું કામ કરી જ ન શકીએ. આઠ તો તમને તાલુકામાં બદલી નો ભાવ કીધો. બાકી જિલ્લામાં કે મોટા શહેરમાં કરાવી હોય તો વીસ સિવાય વાત જ નહીં કરવાની. "

વ્યોમ-"સારું હું તમને ફાઇનલ કરીને કહું. "

વ્યોમ (મનમાં) - "રિયા અને કિશન ના લગ્ન માટે રૂપિયા રાખ્યાં છે એ સિવાય થોડાક છે પણ એય એટલાં નથી કે જેનાથી ધરાની

બદલી કરાવી શકું. આ ગજબનો વેપાર માંડ્યો છે બધાંએ. અમારા જેવા સાચા માણસોને હેરાન કરીને આ લોકો ક્યારેય સુખી નહિ થાય."

***

વ્યોમ આ બધી વાત ધરા ને કરે છે.

નિરાશાના અંધકારોથી ઘેરાયેલ ધરાને પણ આ વાતનો ખ્યાલ હોય છે.

ધરાનું મન દુ:ખી થઇ જાય છે પણ એ પરિસ્થિતિને સ્વીકારી લે છે.

ધરા - "વાંધો નહિ, વ્યોમ તમે ચિંતા ન કરો . થાય તો પણ ઠીક અને ન થાય તો પણ ઠીક . અત્યારે આપણે લગ્ન માથે છે એની તૈયારીઓ કરીએ. "

વ્યોમ ફોન મૂકી દે છે.

આમ અણઘડ વહીવટ, ભ્રષ્ટાચાર અને લાગવગશાહીના આ વિઘ્ન ને લીધે ધરા માટે વ્યોમ પાસે જવું એ લગભગ અશક્ય જેવું થઇ ગયું હતું.

ધરા - "વાહ, મારા નસીબ !!! એક કિરણ દેખાતું હતું અંધારી ઓરડીમાં એ પણ દેખાતું બંધ થઈ ગયું. !!! વ્યોમ સાથે રહેવાનું એને જમવાનું બનાવીને આપવાનું એની આગળ પાછળ ફર્યા કરવાનું એના આલિંગનના વેલ બનીને વીંટળાઈ જવાનું સ્વપ્ન અધૂરું જ રહી જાય છે. "

આંબાના પાનના તોરણ મકાનનના દરવાજા પર લગાડવામાં આવી રહ્યાં હતાં. હાથમાં મહેંદી મુકવા માટે મહેંદીના પાનને કુટીને મહેંદી તૈયાર કરવામાં આવી રહી હતી.

કાવેરીબેન -"લગ્ન ભલે આપણે સમજવાડીમાં રાખીએ પણ એનાં બે ત્રણ દિવસ અગાઉ અને બે ત્રણ દિવસ પછી ઘરે અમુક મહેમાનો તો રોકાય ને. . "રવાનો લોટ સેકતા સેકતા કાવેરીબેન મીનાબેન ને કહે છે .

મીનાબેન - "સારું થયું તમે આવી ગયાં મારુ અડધું ટેંશન હળવું થઇ ગયું. "

એટલામાં એક રિક્ષા આવીને ઊભી રહે છે.

કિશન સાથે રમકડાંથી રમી રહેલ ક્ષિતિજ દોડીને ઘરનાં દરવાજા પાસે જાય છે.

સામાન અને બીજી થોડી વસ્તુઓ સાથે ધરા ઘરમાં પ્રવેશે છે.

ધરા - "મારો દીકરો મારી રાહ જોઇને દરવાજે જ ઊભો હતો કે શું ?"

ક્ષિતિજ - "મમ્મી, મમ્મી મારા મમ્મી. "કરી અને એને ગળે વળગી જાય છે.

ધરા પણ પોતાના વ્હાલસોયાને પોતાના હૃદય સમીપે લઈ વ્હાલ કરવા લાગે છે.પછી એ ઘરે અંદર આવી એને થોડા રમકડાં, ચોકલેટ આપે છે. એ ખુશ થઈ જાય છે.

મીનાબેન અને કાવેરીબેન બહાર આવે છે.

મીનાબેન - "ચાલો હવે મારે બધું ટેંશન ઓછું થઇ ગયું. અડધું કાવેરીબેન એ ઘટાડી દીધું અને અડધું હવે મારી આ વહુ આવી ગઈ એ હવે ઘટાડી દેશે. "

ધરા બન્ને ને ગળે મળે છે અને બેસે છે. લગ્નની તૈયારીઓ બધી પુરજોશમાં થઇ રહી હતી.ધરા એક અઠવાડિયાની રજા મુકીને આવી હતી.

ધરા- "આવવું જ પડે ને મારા એક ના એક દેર અને નણંદના લગ્ન છે બધી તૈયારી મારે જ તો કરવાની હોય."

ધરા પછી કિશન અને રિયાને મળે છે.

- "કાલે હજી લગ્ન કરીને આવી ત્યારે બન્ને નાના નાના હતા અને આજે જોવો બંનેના લગ્ન થવા જઈ રહ્યા છે."

રિયા ધરાને આલિંગનમાં લઈ કે છે એની આંખમાં આંસુ આવી જાય છે.

ધરા - "બેનબા હજી વિદાયની વાર છે . અમનેય તમેં બધા જાન લઈને લેવા આવ્યા હતા, અમેય રોયા હતા અને તમે બધા ત્યારે ડાન્સ કરતા હતા. !!! અને આપણેય કિશનની મીરાં ને એમ જ લઈ આવશું . "

રિયા - "મારે ઘર છોડીને નથી જવું. "

ધરા - "હું પણ એમ જ કહેતી પણ આ તો સમાજની રીત છે. હવે તમે કઠણ થાવ અને ચાલો મને બતાવો કેટલી ખરીદી કરી અને કેટલી બાકી. "

રિયા -"મારુ મેં કઇ લીધું નથી એ આપણે બન્ને એ સાથે જઇને લેવાનું છે."

બન્ને સાંજે ખરીદી માટે જવાનું નક્કી કરે છે.

કિશન - "મારે પણ ખરીદી બાકી છે, મારા મોટા ભાઈ તો ખબર નહિ ક્યારે પધારશે. !!! "

ધરા - "હમણા જે બાળકો એ અભ્યાસ વચ્ચે જ મૂકી દીધો હોઈ એના ઘરે જઈ અને એમને ફરી અભ્યાસમાં જોડવાનો કાર્યક્રમ ચાલે છે એમાં હતા એ. હવે આજે સાંજે કે કાલે આવી તો જશે."

ધરા વ્યોમના આવવાની રાહ જુએ છે.વ્યોમ રાતે પહોંચી જવાનો હોય છે.ધરા જમતી નથી.

કિશન - "ભાભી, જમી લ્યો, ભાઈને મોડું થઈ જશે."

રિયા -"એ નહિ જમે એ ભાઈની સાથે જ જમશે. "

કિશન - "તું ય કઈક શીખજે ત્યાં જઈને ય આમ અહીંયા જેમ આખો દિવસ ખાવાનું કામ કરે એમ ન કરતી, બાકી રાહુલકુમારને ઓવરટાઈમ કરવા પડશે તારું પૂરું કરવા. "

રિયા - "એલ તું મને સાવ એવી સમજે છે. !!! મમ્મી ભાભી આને કઈક કયો. "

રાતે સાડા અગિયાર વાગ્યે વ્યોમ આવી જાય છે. એ ખૂબ થાકી ગયો હોય છે. એ બધાને મળે છે અને ત્યાં બેસે છે.

ધરા એને પાણી આપે છે અને કહે છે.

"ફ્રેશ થઈ જાવ હું જમવાનું તૈયાર કરું. "

વ્યોમ - "ના, ના મારે જમવું નથી મેં રસ્તામાં નાસ્તો કરી લીધો."

કિશન -"ભાભી તમારી અત્યાર સુધી જમવામાં રાહ જોતા હતા એણે હજી જમ્યું નથી."

વ્યોમ - "ધરા તું જમી લે હું ફ્રેશ થઈ આરામ કરું, આજે આખો દિવસ કામ કામ કામ માથું દુખી ગયું. કિશન તું આવ રૂમમાં આપણે બેસીએ ઘડીક. "

ધરા રસોડામાં એકલી પ્લેટફોર્મ પાસે જાય છે અને થાળીમાં થોડીક ખીચડી લે છે. એ એક કોળિયો ભરે છે અને એની આંખોમાં આંસુ આવી જાય છે.

એ કામકાજ પૂર્ણ કરી ઉપર રૂમમાં જાય છે.

ધરા - "તમારે જમવું જ ન હતું તો મને ફોનમાં તો કઈ દેવાય ને હું અહીંયા તમારી રાહ જોઇને બેઠી હતી. "

"તમને કહું છું. "

પછી ધરા જુએ છે કે વ્યોમ તો ઘસઘસાટ ઊંઘી ગયો હોય છે. કદાચ બહુ થાકી ગયાં હશે. એ વ્યોમની પાસે આવી લાઈટ બંધ કરી બેસી જાય છે. એનાંવાળમાં હળવેથી હાથ ફેરવે છે અને ત્યારબાદ એના ગાલ પર હળવેથી ચુંબન કરે છે અને સુઈ જાય છે. ક્ષિતિજ કિશન ના રૂમમાં જ રમતો રમતો સુઇ ગયો હોય છે.

લગ્ન પછી કિશન અને મીરાં તેમજ રિયા અને રાહુલ ફરવા જવાના હોય છે બધી તૈયારી પણ થઈ ગઈ હોય છે. ધરાને રિયા અને કિશન એ વાત કરી હતી . ધરા જાણીને ખુશ હતી કે ચાલો કોઈકને તો ફરવા જવા મળ્યું.

ધરા પણ વ્યોમ સાથે બહુ દૂર નહિ પણ નજીકમાં જ દરિયાકિનારે ફરવા જવા માટે વિચારે છે. ક્ષિતિજ સાથે પણ એ સમય વિતાવવા માંગે છે.

લગ્નની ઘડી આવી જાય છે. એક દિવસ કિશન ના લગ્ન થાય છે અને નવવધૂ ઘરમાં પ્રવેશ કરે છે અને બીજા દિવસે રિયાના લગ્ન થાય છે અને એ નવા ઘર તરફ વિદાય લઈ પ્રસ્થાન કરે છે. સમગ્ર તૈયારીઓમાં મોટા હોવાનાં લીધે ધરા અને વ્યોમ એ જ આગળ પડતું રહેવાનું હતું અને એ બન્ને પોતાની ફરજ સારી રીતે બજાવે છે.

એ રાતે બધા બેઠાં હોય છે. બીજા દિવસે સવારે કિશન અને મીરા ફરવા માટે નીકળવાના હોય છે.

ધરા રૂમમાં ક્ષિતિજ ને સુવડાવતી હોય છે. ક્ષિતિજ ને એ વાર્તા કહેતી હોય છે.એ વાર્તા સાંભળતા સાંભળતા જ વચ્ચે સુઇ જાય છે. વ્યોમ રૂમમાં આવે છે. .

વ્યોમ - "હાશ !! બધું પાર પડી ગયું. "

ધરા - "હા, આપણે એક જવાબદારીમાંથી તો મુક્ત થયા. "

વ્યોમ -"ચાલો હવે કાલે તો હું નીકળી જાવ મારે ત્યાં ઘણું કામ ભેગું થઇ ગયું છે."

ધરા -"ચાલો ને આપણે પણ ક્ષિતિજ ને લઇને નજીકમાં ક્યાંક ફરી આવીએ. "

વ્યોમ - "ના, ના હો હવે અત્યારે ના નીકળાય. આપણે એવું હશે તો વેકેશનમાં જઇ આવશું. "

ધરા - "આપણે પછી જશું પછી જશું એમાં ક્યાંય જઈ જ નથી શકતા. "

વ્યોમ -"અરે ગાંડી હજી તો આખી ઝિંદગી પડી છે આપણે જશું જ ને. "

ત્યારબાદ વ્યોમ ધરાને પોતાની પાસે ખેંચી લે છે અને એને વ્હાલ કરવા લાગે છે.

ધરા -"વ્યોમ, શું કરો છો. ?"

વ્યોમ - "એ જ કરું છું જે આપણે અત્યારે કરવું જોઇએ."

વ્યોમ અને ધરા એકબીજામાં શારીરિક રીતે ઓતપ્રોત થઈ જાય છે.

બીજા દિવસે સવારે વ્યોમ નીકળી જાય છે અને ફરી ધરા અને વ્યોમ અલગ પડી જાય છે.

ધરા ક્ષિતિજ ને રમાડવા લાગે છે અને ઘરના કામમાં વ્યસ્ત થઇ જાય છે.

ધરાની રજા પૂર્ણ થતાં એ પણ ઘરેથી પરત ફરે છે.

"ચારેબાજુ રણની રેતી ઊડી રહી હતી. ગરમી અસહ્ય પડી રહી હતી. ધરા ક્યારની ચાલી રહી હતી પણ દૂર દૂર સુધી ક્યાંય કોઈ દેખાઈ રહ્યું ન હતું. તરસથી એનું ગળું સુકાઈ રહ્યું હતું અને પગ દાઝી રહ્યાં હતાં. એવામાં સામે પાણી ભરેલું તળાવ દેખાય છે એ દોડીને ત્યાં જાય છે પણ એ દૂર જતું રહે છે. ફરી એ દોડે છે અને ફરી એ દૂર જતું રહે છે. છેવટે એને ચક્કર આવવા લાગે છે. આજુબાજુ બધું ગોળ ગોળ ફરવા લાગે છે અને એ વિશાળ રણમાં ત્યાં ઢળી પડે છે. "

ધરાના હૃદયના ધબકારા વધી જાય છે, એને પરસેવો વળી જાય છે અને એ ઊંઘમાંથી ઊઠી જાય છે.

આજુબાજુ કોઈ નથી હોતું .એ ઘરની બહાર ફળિયામાં આવે છે, થોડું માટલામાંથી પાણી પીવે અને વિચારે છે. .

"કેવું સ્વપ્ન હતું. રણનું એ પાણી તો મૃગજળ હતું તો પણ હું એની પાછળ દોડી રહી હતી. !!!

પછી અચાનક એને આભાસ થાય છે કે એ વાસ્તવિક જીવનમાં પણ એવું જ તો નથી કરી રહી. ??

વ્યોમનો પ્રેમ અને સાથ પણ આ મૃગજળ જેવો જ છે ને જેમ હું એને મેળવવા જાવ એમ એ મારાથી દૂર જતો રહે છે. !!! વારંવાર હૃદય તૂટે છે પણ છતાં ફરી જોડાઈને એના નામે જ ધબકે છે. "

"સાચો સ્નેહ કરવાની સજા શું. ? વારંવાર દૂર થવું અને અલગ રહેવું. .પ્રિયતમની પ્રતિક્ષા કરતાં રહેવું એ. આંસુઓની ભેટ મળવી એ ?? લોકો કહે છે કે પ્રેમ સર્વસ્વ છે તો શા માટે પ્રેમ પૈસા, પદ કે પ્રતિષ્ઠા સામે કિલોના ભાવે વેચાય જાય છે. !!! ??? "

ઠંડો ઠંડો પવન આવી રહ્યો હોય છે. રાતના લગભગ ચાર વાગવા આવ્યાં હોય છે. ધરાના મનમાં આમ અનેક વિચારોના વમળ

વહેવા લાગે છે. છેલ્લે એ મન સાથે સમાધાન કરી ફરી પથારીમાં પડી જાય છે અને સવાર પડી જાય છે.

***

વ્યોમને વિજયનો ફોન આવે છે.

વિજય જરૂરી કામથી એ બાજુથી નીકળ્યો હોય છે તો એ વ્યોમને મળવાનું વિચારે છે.

બન્ને મિત્રો ઘણાં વર્ષો પછી મળે છે.

વિજય વ્યોમને ગળે મળે છે અને બન્ને પછી ચા ની દુકાને બેસે છે.

વિજય - "કેવી ચાલે છે લાઇફ ? "

વ્યોમ -"બધું સેટ છે, નવું મકાન લેવાય ગયું. ઘરમાં જરૂરી બધી વસ્તુઓ વસાવી લીધી, ક્ષિતિજ ના અભ્યાસ માટે રૂપિયા ભેગા કરી લીધાં, છેલ્લે છેલ્લે હમણાં બેય નાના ભાઈ બહેન ના લગ્ન પણ કરી લીધાં. "

વિજય -"તે ઘણી પ્રગતિ કરી ખરેખર, પોતાના પહેલાં પરિવારનો હંમેશા વિચાર કર્યો."

વ્યોમ - "પ્લાનિંગ પ્રમાણે બધું કર્યું એટલે વાંધો ન આવ્યો. હજી થોડા ભેગાં કરી ધરાની બદલી કરાવવી છે, ઘરની આજુબાજુ થઈ જાય તો વાંધો ન આવે ને. "

વિજય - "અહીંયા તારી આજુબાજુ કરાવી લે ને. તો બે માણસ સાથે તો રહી શકો. "

વ્યોમ -" અહીંયા કરાવવામાં ઘણાં વાંધા છે, અહીંયા એક તો કઈ રહેવાની સગવડ છે નહીં ત્યાં વતનમાં નવું ઘર છે, બાળક નું ધ્યાન અત્યાર સુધી મમ્મી રાખતાં હવે ધરા હોય તો એને ભણવામાં પણ

મદદ રહે ને. અને બીજું અહીંયા બદલી ના ભાવ પણ ડબલ છે. !!"

વિજય -"હિસાબી તો હજી એવો જ છો. !!!"

વ્યોમ -"હિસાબ તો રાખવો પડે ને. હિસાબ વિના તો રાજા ના રાજ પણ લૂંટાઈ જાય."

વિજય - "ધરા સાથે આ વિષય પર વાત કરી ?"

વ્યોમ - "વાત નથી કરવી હવે સીધો ઓર્ડર જ લઈ આવવો છે. એને પણ ક્ષિતિજ અને પરિવાર સાથે રહેવા મળે એનાથી વધું શું જોઈએ. ??"

વિજય -"થોડુંક ભાભીને પણ સમય આપજે. સાવ આ બધાં પાછળ બધું ન્યોછાવર ન કરી દેતો. "

વ્યોમ સાંભળે છે પણ એ સમજી શકતો નથી અથવા એ પરિસ્થિતિનો હાર્દ પામી શકતો નથી. જીવનમાં જ્યારે ઘણી ભૂલો આપણાથી થઈ રહી હોય ત્યારે કોઈ ને કોઈ આપણને સંદેશ અવશ્ય આપવા આવે છે.જે સમજી જાય એનો ઉધ્ધાર થઈ જાય છે અને જે ના સમજે એ ભૂલ કર્યે જાય છે.

***

સંગીતાબેન અને ધરા અહીં સ્કૂલની બહાર આવેલા બાંકડે રીસેસ ના સમયે બેઠાં હોય છે.

ધરા સંગીતાબેનને રાતના સ્વપ્નની વાત કરે છે.

સંગીતાબેન - "એવા સ્વપ્ન તો આવતાં હોય એને કઈ ગંભીરતાથી ન લેવાના હોય."

ધરા - "પણ જેની ઉણપ રહે એ તો રહે જ છે. જેમ વિટામિનની ખામી હોય તો ડોકટર વિટામિન ની ગોળી આપે એમ જ્યારે સાથ

અને પ્રેમની ઉણપ આવે ત્યારે એ મળે તો જ આ ખાલીપો દૂર થાય."

સંગીતાબેન -"તો હવે શું કરવાનો વિચાર છે ?"

ધરા - "હવે વ્યોમ જ્યાં છે ત્યાં બદલી કરી જતું જ રહેવું છે ભલે હવે મારે મારા દાગીના અને અત્યાર સુધી ભેગા કરેલાં રૂપિયા કેમ ન આપી દેવા પડે !!!!. "

સંગીતાબેન -"વ્યોમ જોડે વાત કરી આ બાબતે. "

ધરા - "હવે વાત નહિ કરવી સીધો ઓર્ડર જ લઈ આવવો છે."

***

અહીં કિશનને પોતાની કંપનીમાં સુપરવાઇઝર તરીકે પ્રમોશન મળે છે અને કંપનીની મુખ્ય સાઇટ પર શહેરમાં એને મુકવામાં આવે છે.

કિશન - "મારે ત્રણ દિવસમાં નીકળવું પડશે."

મીરાં - "મારે નહીં આપણે. "

કિશન - "મીરાં હજી તું પરિવારમાં પુરી સેટ નથી થઈ અને તારે પણ ભણવાનું ચાલે છે તારે અત્યારે ત્યાં કેમ મેળ આવે ? "

મીરાં - "હું રહીશ તો તમારી સાથે જ રહીશ એકલી અહીંયા ઘરે કે ક્યાંય રહીશ નહિ. ભણવાનું તો એક્સ્ટર્નલ માં જ છે તો અહીંયા રહું કે ત્યાં કોઈ ફેર નહિ પડે."

કિશન - "એ તો રહેવું પડે થોડો સમય, ધરાભાભી જો કેટલા વર્ષોથી એકલાં રહે છે. "

મીરાં - "એ એકલાં કેમ રહે છે એ મને ખબર નથી, એ ભાઈ અને ભાભી વચ્ચેનો પ્રશ્ન છે, મને એટલી ખબર છે કે હું તમારી સાથે જ આવીશ. "

કિશન અને મીરાં વચ્ચે રકઝક થાય છે. કિશન છેવટે રૂમની બહાર નીકળી જાય છે.

મીનાબેનને રૂમમાં આવતાં અવાજ પરથી ખ્યાલ આવી જાય છે કે બન્ને વચ્ચે કંઈક ઝઘડો થયો છે.

***

અરીસા સામે વાળ ઓળી રહેલી રિયા ની આંખો રાહુલ પાછળ આવીને બંધ કરે છે.

રિયા - "હમ્મ, પતિદેવ શું છે સરપ્રાઇઝ."

એ બન્ને હાથ ને પોતાના ગળામાં લઈ અને કહે છે.

રાહુલ - "તારા માટે ઇન્ટરવ્યૂ નો કોલ લેટર છે. "

રિયા - "ક્યાં બતાવો. "રિયા જુએ છે. એક સંસ્થામાં એચ.આર તરીકે ઇન્ટરવ્યૂ હોય છે પણ એ રિયાના ઘરથી ખાસ્સે દૂર હોય છે.

રિયા -"મારે એટલે દૂર નથી જવું, ન ઇન્ટરવ્યુ આપવા કે ન જોબ કરવા."

રાહુલને આશ્ચર્ય થાય છે.

રાહુલ -"કેમ ? નોકરી મળતી હોય તો તો જવાય જ ને !! "

રિયા - "જવાય પણ તમારાથી દુર નથી જવું મારે. "

રાહુલ - "અત્યારે આપણો સમય છે કમાવવાનો અને કંઈક ભેગું કરવાનો એટલે અત્યારે થોડોક સંઘર્ષ કરી લેવાય."

રિયા એ ધરાને અને વ્યોમને પરિવાર માટે સંઘર્ષ કરતાં અને દૂર રહેતા જોયા હતાં ત્યારથી એણે મનોમન નક્કી કર્યું હતું કે પોતે પોતાની કોઈપણ ઈચ્છાનો એમ સરળતાથી ત્યાગ કરશે નહીં.

રિયા - "રાહુલ મારી ઇચ્છા નથી અને મારે ઘરથી કે તમારાથી દૂર આજે પણ નથી રહેવું અને કાલે પણ નથી રહેવું. હું મારાથી ઘરે કે અહીંયા નજીકમાં જે કામ થશે એ કરીશ અને એવું હશે તો ખર્ચા પર થોડો કાપ મૂકી દઈશ."

રાહુલ - "તું સમજતી નથી, આખી દુનિયા માં બધાં આમ કરે છે. તારા ભાભી પોતે આટલા વર્ષોથી પરિવારથી દૂર રહીને નોકરી કરે છે."

રિયા - "જોવો મારે દુનિયા શું કરે છે કે મારા પરિવાર વાળા શુ કરે છે એનાથી ફેર નથી પડતો, મને આપણા રિલેશન પર આની શું અસર થશે એનાથી ફેર પડે છે."

રિયા રાહુલને આલિગનમાં લઈ લે છે અને કોલ લેટરને હાથની મુઠ્ઠીમાં લઈ ડૂચો વાળી દે છે.

રાહુલ પણ રિયાને વળગી રહે છે અને વાતને જતી કરે છે.

***

બીજા દિવસે સવારે વહેલો કિશન મીરા પાસે આવે છે.

મીરાં - "ચા લઇ આવું. ?"

કિશન મીરાંને પોતાના આલિગનમાં લઇ લે છે એ પણ મીરાથી દૂર જવા ઇચ્છતો ન હતો પણ પરિસ્થિતિનાં લીધે એણે આવું કહ્યું હતું.રાતે ત્યારબાદ ધરાને એણે ફોન કર્યો હતો અને ધરાએ જ એને કહ્યું હતું કે તમે મીરાંને સાથે લઈ જાવ, જરૂરી નથી કે તમે પણ એ જ માર્ગ પર ચાલો જે માર્ગ પર તમારા ભાઈ અને હું ચાલ્યા હોઈ.

કિશને પણ ધરાને વ્યોમ માટે તરસતાં, એની રાહ જોતાં, એનાં માટે ભૂખ્યાં રહેતાં ખૂબ નજીકથી જોઈ હતી એટલે એ પણ એમ જ ઇચ્છતો હતો કે એવું મીરાં સાથે ન થાય.

બન્ને સાથે જવાં નિર્ણય કરે છે. મીરાં કિશનની આ વાત સાંભળી ખુશીથી નાચવા લાગે છે અને દોડીને નીચે મીનાબેનને આ વાત કરે છે. મીનાબેન પણ જેમ તમને બંનેને ઠીક લાગે એમ કરો પણ હવે ઝઘડો કરતાં નહિ એમ કાન ખેંચીને મીરાં ને કહે છે.

રિયા અને કિશનની આ તમામ વાતની સાંજે ધરાને ખબર પડે છે. એ મનથી ઘણી સંતુષ્ટ થાય છે.પણ ક્યાંક ખૂણામાં રહેલી એની અધૂરી ઇચ્છઓ, એની તમન્નાઓ એનાં ન પૂર્ણ થયેલ સ્વપ્નાઓ બળવો કરે છે.

"મારે પણ વ્યોમના સાથની જરૂર હતી, મારે પણ એની સાથે રહેવું હતું. !! છતાં મારે જ જતું કરવું પડ્યું દર વખતે, મારે જ સમાધાન કરવું પડ્યું દરેક વખતે. !!! મારી સાથે જ આવું કેમ. ??? આંખના ખૂણામાં આવેલ આંસુઓને એ પી જાય છે !! "

તરસ્યું ધરાનું હૃદયરણ વ્યોમ માંથી પ્રેમની વાદળી આવશે અને વરસશે એની રાહ જોયા કરે છે. . રાહ જોયાં કરે છે. . રાહ જોયાં કરે છે. . !!!!

એક પ્રેમની ન તૂટે એવી આશ બંધાય છે એ આશમાં ધરા અહીં નાયિકા રૂપે પૂર્ણતઃ પ્રસ્થાપિત થાય છે, એક અતૂટ પ્રેમની નાયિકા ધરા વ્યોમના સ્નેહની સ્વાતિ નક્ષત્રના વર્ષા બિંદુની જેમ છીપ રાહ જોવે એમ અભિસારિકા બની રાહ જોયાં કરે છે. !!!!

વ્યોમ ધરાની બદલી માટે નક્કી કરી લે છે અને એની બદલી આગામી પંદર દિવસમાં થઈ જવાની બાંહેધરી મળે છે. વધુમાં વ્યોમને હવે સિનિયોરિટી પ્રમાણે તાલુકા કક્ષાની કામગીરી પણ આપવામાં આવે છે. વ્યોમ એ દરેક કામ પુરા ખંતથી કરે છે.

એક સેમિનાર માટે રાજસ્થાન જવાનો પરિપત્ર આવે છે એમાં શિક્ષકો, આચાર્ય તમામ જઈ શકે છે. એમાં જવા માટે વ્યોમ એનું અને ધરાનું નામ લખાવે છે.

વ્યોમ ધરાને ફોન કરે છે.

વ્યોમ - "હેલ્લો, શું કરે. ?"

ધરા - "બસ જો હમણાં કામકાજ કરી અને ફ્રી થઈ."

વ્યોમ - "રાજસ્થાન જવું છે ને ?"

ધરા - "કેમ રાજસ્થાન. ?? "

વ્યોમ એ આટલા વર્ષમાં ક્યારેય ધરાને આ રીતે ફરવા જવાની વાત ન હતી કરી એટલે ધરા ને આજે નવાઈ લાગે છે.

વ્યોમ - "હા, એક સેમિનાર છે તો આપણે બન્ને જઇ આવીએ. ફી પણ ભરવાની નથી."

ધરા - (મનમાં) "હવે બરાબર. !!! "

ધરા - "હા, ચાલો જઇ આવીએ, એ બહાને બે દિવસ સાથે રહેશું. "

આમ ધરા અને વ્યોમનું રાજસ્થાન જવાનું નક્કી થાય છે.

***

આ બાજુ ધરા પણ વ્યોમ ની સ્કૂલ ની બાજુમાં જ એક બીજી સ્કૂલમાં બદલી માટે તપાસ કરાવી લે છે એને પણ પંદર દિવસમાં થઇ જશે એવું આશ્વાસન મળે છે.

***

ધરા અને વ્યોમ બન્ને સેમિનારમાં જવાની તૈયારી કરી લે છે. બન્ને રાતે બસમાં બેસે છે. સ્લીપર કોચ ની બસમાં બન્ને નીકળે છે. ધરા ને આ રીતે ઘણાં સમય પછી વ્યોમનો સાથ મળે છે.

ધરા - "ગરમી થાય છે થોડી થોડી "

વ્યોમ એની બાજુમાં રહેલી બારી ખોલે છે. બારી ખોલતા પવન આવે છે અને બસનો અવાજ આવતો હોય છે. એ કોચના પડદા ઉડવા લાગે છે. ધરાના વાળ પણ પવનથી ઊડવા લાગે છે.

ધરા - (વ્યોમનો હાથ પોતાના હાથમાં લે છે) "આપણે લગ્ન પછી આ રીતે ક્યાંક પેલી વખત સાથે જઈએ છીએ."

વ્યોમ -"હા, આપણે ફ્રી જ નથી થયાં ."

એટલામાં ત્યાં બસની બ્રેક લાગે છે અને બસ ને પંદર મિનિટનો સ્ટોપ આવે છે. એ બન્નેના પ્રણય સમયને પણ ત્યાં બ્રેક લાગી જાય છે. બન્ને નીચે ઉતરે છે અને થોડો નાસ્તો અને ચા પીવે છે.

વાતોવાતોમાં વ્યોમ - "થોડા દિવસમાં તારી બદલીનો ઓર્ડર પણ આવી જશે."

ધરાને પણ આશ્ચર્ય થાય છે - "શું? "

વ્યોમ - "હવે તારાથી ક્યાં છુપાવવું મેં તારી બદલી માટે નક્કી કરી લીધું છે પંદર દિવસમાં થઈ જશે."

ધરા ખુશ થઈ જાય છે અને વ્યોમને ત્યાં જ ગળે મળી લે છે.

વ્યોમ - "ધરા, આ પબ્લિક પ્લેસ છે. !! અને આપણા નવા નવા લગ્ન પણ નથી થયાં. !!"

ધરા અધૂરી વાત સાંભળીને જ ખુશ થઇ જાય છે અને વ્યોમને એમ લાગે છે કે ધરા બધું સમજી ગઇ હશે એટલે એ પણ વાત પૂર્ણ થઇ ગઇ એમ માની લે છે.

ધરા અને વ્યોમ બન્ને ફરી સ્લીપર કોચમાં બેસે છે. બન્ને પછી બીજા બાળક માટે પણ પ્લાનિંગ કરે છે.

વ્યોમ - "આ વખતે આપણે પ્લાનિંગથી બાળક કરશું."

ધરા શરમાઈ જાય છે અને વ્યોમના ખભા પર માથું રાખી દે છે. વ્યોમ એને પોતાની નજીક લઈ લે છે, બારીના પડદા ઉડતા રહે છે, ઠંડો ઠંડો પવન આવતો રહે છે, વચ્ચે વચ્ચે આવક જાવક કરતાં વાહનોના હેડલાઈટના અજવાળા કોચમાં પડ્યા કરે છે.

બીજે દિવસે બન્ને રાજસ્થાનમાં ઉદયપુર પહોંચી જાય છે.

અહીં જો કે બન્ને ને સાથે રૂમ મળતો નથી. અહીં પુરુષોને પુરુષ હોસ્ટેલમાં અને સ્ત્રીઓને સ્ત્રી હોસ્ટેલમાં રોકાવાનું હોય છે. ધરાનું હૃદય ફરી દુઃખી થઇ જાય છે પણ એને હવે આ બધું નવીન લાગતું નથી. એ હસીને સ્વીકારી લે છે.

સેમિનારમાં વ્યોમ અને ધરા વ્યસ્ત થઈ જાય છે. બપોરે અને સાંજે જમવાના સમયે બન્ને સાથે રહે છે અને રાતે થોડીવાર ત્યાં કેમ્પસમાં આવેલ બગીચામાં સાથે બેસી શકે છે. ધરા માટે તો આટલો સમય પણ રણમાં અચાનક આવેલ વાદડી સમાન હોય છે. બન્ને સેમિનાર પૂર્ણ કરી પરત ફરે છે. બન્નેને બે દિવસ ઘરે રહેવા મળે છે.

ઘરે પણ બન્ને ક્ષિતિજ અને પરિવારજનો સાથે સમય વીતાવે છે અને પ્રેમના થોડાક પળો સાથે પસાર કરે છે.

ધરા ફોન કરીને પોતાની બદલી માટે જે વ્યક્તિ જોડે વાત કરી હોય એને ના પાડી દે છે કેમ કે વ્યોમે એની બદલી માટે બધું નક્કી કરી લીધું હતું. આમ ચાર દિવસની ચાંદની અને ફરી અંધારી રાતની માફક ધરા અને વ્યોમ ફરી અલગ પડે છે.

ધરા વ્યોમને આલિંગનમાં લઈને -"બસ, હવે જલ્દી એ દિવસ આવી જાય અને આપણે સાથે રહી શકીએ."

વ્યોમ - "હા, સાથે તો છીએ જ ને. હમણા જો કેટલા બધા દિવસ સાથે રહ્યાં અને જોડે ફરી પણ આવ્યાં ."

ધરા - "મારે કાયમ માટે તમારી સાથે રહેવું છે. "

વ્યોમ - "એ પણ થઈ જશે. બાકી હજી તો આખી ઝિંદગી બાકી છે આપણે સાથે રહીશું જ ને . "

ધરા ક્ષિતિજ ને પણ વ્હાલ કરે છે અને એની આંખોમાં આંસુ આવી જાય છે. માવઠા ની જેમ આવવાનું અને જતું રહેવાનું બસ આવી જ ધરાની રોજનીશી થઇ ગઇ હતી.

ધરા અને વ્યોમ અલગ પડે છે.ધરા એના કર્મક્ષેત્ર પર અને વ્યોમ એના કર્મક્ષેત્ર પર પ્રયાણ કરે છે.

સાથ તારો મળશે એવી આશ છે, તું નથી રોજ પાસે છતાં તારો આ કેવો પળપળ અહેસાસ છે. .

ચહુઓર તિમિર છતાં ક્યાંક મનમાં પ્રવેશતો આ કેવો ઉજાસ છે,

સૂકી રણની રેતીમાં ચાલી પણ લઈએ છીએ કારણ કે દિલમાં તારા પ્રેમની ભીનાશ છે.

***

ધરા બહુ ખુશ હોય છે. આવતીકાલે એની બદલી માટે ઓર્ડર આવવાનો હોય છે. હવે ફક્ત એક સહી જ બાકી હોય છે. એ સંગીતાબેન ને આ વાતની જાણ કરે છે.એ પણ બહુ ખુશ થાય છે.

શાળાના મેદાનમાં બાળકો કિલ્લોલ કરતાં જોવા મળે છે. શાળામાં હિચકે હિચકતા, ઝુલા પર એકબીજાને ઝુલાવતા, લપસણી પર લપસતા, એકબીજાને પકડવા દોડતા બાળકો વાતાવરણને ધબકતું રાખે છે. આ ધબકતું વાતાવરણ ધરાના મનને પણ હિચકાવે છે, ઝુલાવે છે. !!! સાચી જ વાત છે જ્યારે આપણે ખુશ હોઈએ ત્યારે આજુબાજુ થતી દરેક પ્રવૃતિ આપણને ગમે છે.

***

બીજા દિવસનો સૂર્યોદય થાય છે. ધરા જે દિવસની રાહ જોઈ રહી હતી એ આવી જાય છે. સવારે એ શિવ મંદિરે દર્શન કરી અને પછી સ્કૂલે જાય છે.

ધરા - "સંગીતાબેન, આજે ઓર્ડર તો આવી જશે ને, મને થોડો ડર લાગે છે."

સંગીતાબેન - "હા, આવી જ જશે ને . ડર શેનો ?"

ધરા - "કેમ કે મને જે જોઈતું હોય એ ક્યારેય સરળતાથી મળતું નથી અને મળે એય અધૂરું મળે છે."

સંગીતાબેન - "તમે ચિંતા ન કરો જે થશે એ સારું જ થશે."

શાળાનો સમય પૂર્ણ થઈ જાય છે. ધરા વ્યોમ સાથે પણ વાત કરે છે .એ પણ ખાતરી આપે છે કે આજે ઓર્ડર નીકળી જશે.

ધરા ઘરે આવી ને બધું કામકાજ પૂર્ણ કરે છે. સાંજ નો સમય થઇ જાય છે પણ હજુ ઓર્ડર આવતો નથી. એ ફરી વ્યોમને ફોન કરી પૂછે છે, વ્યોમ પણ તપાસ કરે છે. જે માણસ એ ખાતરી આપી હોય એ માણસ નો ફોન સ્વીચ ઓફ આવે છે.

રાતે ધરા થોડું જમી લે છે અને સતત ઓર્ડર ની રાહ જોયાં કરે છે.

પછી વ્યોમનો ફોન આવે છે.

ધરા - "આવી ગયો ઓર્ડર ?"

વ્યોમ -"ધરા એમાં એવું છે કે. ."

ધરા - "શું. ?? "

વ્યોમ -"ધરા ઓર્ડર હજુ આવ્યો નથી. !!!"

ધરાને જે વાતનો અંદર અંદર ડર હતો એ જ થાય છે. એ થોડી ક્ષણો માટે મૌન થઈ જાય છે. મનમાં જે ખુશીઓના હિંચકા ચાલતા હતા એ અચાનક થંભી જાય છે, આશા નિરાશામાં બદલાઈ જાય છે.

ધરા ની આંખો ભરાઈ આવે છે અને એમાંથી ટપ ટપ ટપ આંસુઓ પડવા લાગે છે.

ધરા - "પણ બધું ફાઇનલ તો હતું. ."

વ્યોમ - "હા પણ ચૂંટણી ની તારીખ જાહેર થઈ ગઈ એટલે હવે બદલીઓ ન થાય."

ધરા ટી.વી ચાલુ કરે છે.

"રાજ્યમાં ચૂંટણી ની તારીખો જાહેર, આદર્શ આચાર સંહિતાનો અમલ શરૂ."

ધરાનું દિવાસ્વપ્ન તૂટી જાય છે. એ મનોમન દુઃખી થઈ જાય છે.

વ્યોમ -"પણ તું ચિંતા ન કર, ચૂંટણી પુરી થશે એટલે સીધો જ ઓર્ડર નીકળી જશે."

ધરા - "હું આ દિવસની કેટલી આતુરતાથી રાહ જોતી હતી તમને ખબર છે. ?"

વ્યોમ -"પણ હવે આમાં આપણે શું કરી શકીએ ?"

ધરા શાંત ધારા ની જેમ વહ્યાં કરે છે. સંગીતાબેન, કાવેરીબેન, મીનાબેન બધાં એને આશ્વાસન આપે છે.

***

એક દિવસ ધરાને ક્લાસના ભણાવતાં ભણાવતાં ચક્કર આવે છે. એ ત્યાં બેસી જાય છે.થોડુ પાણી પીવે છે .ફરી ચક્કર આવે છે.એ સ્ટાફરૂમમાં જતી રહે છે અને તબિયત સારી ન લાગવાથી અડધા દિવસની રજા લઈ ને ઘરે જતી રહે છે. ઘરે આવ્યાં પછી એ જુએ છે કે એને માસિક નથી આવ્યું એને આજે દસ દિવસ ઉપર થઇ ગયાં છે. બાજુમાં જ થોડે આગળ રહેતા આરોગ્યના આશાબેનને એ ફોન કરે છે. આશાબેન ઘરે આવે છે અને તપાસ કરે છે. એ એની પાસે રહેલ પટી થી ચેક કરે છે અને એમાં ધરાને પ્રેગ્નેનન્સી છે એમ ખબર પડે છે. આશાબેન એમને આરોગ્ય કેન્દ્ર પર આવી

તપાસ કરાવી જરૂરી દવાઓ લઈ જવા માટે સૂચના આપી જતાં રહે છે.

ધરા અને વ્યોમ બીજાં બાળક માટે પ્લાનિંગ તો કરતાં જ હતા પણ તરત જ પરિણામ આવી જશે એ એમને ખ્યાલ ન હતો.

બદલી ન થવાથી અને વ્યોમ સાથે રહેવાનું ન મળતા, વધુમાં ક્ષિતિજ અને પરિવારથી દૂર રહેતી ધરા ની ધરા પર ઈશ્વરે જાણે કૃપા કરી હોય એવું એને લાગે છે. એ મંદિરે જાય છે અને ભગવાનનો આભાર માને છે. એ સંગીતાબેન ને પણ ત્યાં બોલાવી વાત કરે છે.

ધરા - "જ્યારે એમ લાગે કે હવે જીવનમાં બસ નિરાશા જ છે ત્યારે જ ભગવાન કંઈક એવું આપી દે છે જેના આધારે સમય વીતી જાય. મારી સાથે પણ આમ જ થયું છે."

સંગીતાબેન - "સાચી વાત છે, તમે હવે તબિયતનું ધ્યાન રાખજો અને ખાતા પીતા રહેજો. "

ધરા ત્યાર બાદ વ્યોમને આ ખુશ ખબર આપે છે.

વ્યોમ -"હે શું વાત કરે છે ? મને તો વિશ્વાસ જ નથી આવતો. થેન્ક યુ. . આપણાં ક્ષિતિજ ને એક ભાઈ કે બહેન મળશે. "

ધરાની આંખ ભરાઈ આવે છે.

ધરા - "મને ફરી માતૃત્વ નું સુખ મળશે. એક જીવ ફરી અવતરશે આપણે ત્યાં. "

વ્યોમ - "તબિયતનું ધ્યાન રાખજે. હું થોડા દિવસમાં તને મળવા આવીશ અને ડોક્ટરને બતાવવા સાથે જઇ આવશું. "

ધરા ત્યારબાદ આ સમાચાર કાવેરીબેન અને મીનાબેન ને આપે છે. એ બન્ને રીતસર નાચી ઊઠે છે.

ધરા (મનમાં) - "થેન્ક યુ બેબી, તે એવા સમયે મને ખુશી આપી છે જ્યારે ખરેખર હું ખાલીપો અને નિરાશા અનુભવતી હતી. "

આ બાજુ વ્યોમ બીજી ડિલેવરી માટે કેટલી તૈયારી કરવી પડશે અને કેટલા રૂપિયા જોશે એની ગણતરી કરવા લાગી જાય છે.

વ્યોમ -"હવે બમણી જવાબદારી આવી જશે, આજના યુગમાં બે બાળકોને ભણાવવા ગણાવવા અને પરણાવવા એ કંઈ સહેલું કામ નથી, બાળકના વજન બરાબર રુપિયા હોય ત્યારે એનું બધું થઈ શકે. "

જીવન નદીના પ્રવાહ જેવું છે, એમાં જે કંઈ આવે એને પોતાનામાં સમાવી લે છે અને આગળ વહેતું જાય છે. ઘણી વાર ઇચ્છાઓ સમય સાથે પરિમાણ બદલતી હોય છે. દરેક ઈચ્છા એ જરૂરિયાત હોતી નથી અને દરેક જરૂરિયાત એ ઈચ્છા હોય જ એ જરૂરી નથી. પરિસ્થિતિઓની ગૂંથણી ઘણી વાર આપણને અચંબિત કરી દે છે. આવું જ કંઈક ધરાના જીવનમાં બની રહ્યું હોય છે.

અચાનક દુખાવો થતાં ધરાને ખ્યાલ આવી જાય છે કે ડિલેવરીનો દુખાવો છે.ધરા આ વખતે એના પિયર આવેલી હોય છે. કાવેરીબેન ને પણ ખ્યાલ આવી જાય છે એટલે ધરાને હોસ્પિટલે લઈ જવામાં આવે છે. ધરા એક મહિનાથી પિયર જ હોય છે. ધરા મીનાબેનને પણ ફોન કરીને જાણ કરી દે છે. મીનાબેન અને મુકેશભાઈ પણ ઘરેથી નીકળે છે.

કાવેરીબેન - "વ્યોમકુમાર ને ફોન કરી દઉં ?"

ધરા - "ના. "

કાવેરીબેન - "કેમ ?"

ધરા - "એ નહિ આવી શકે કેમ કે એની શાળામાં આજે શિક્ષા મહોત્સવ છે અને એમાં એમણે જ બધુ સંચાલન કરવાનું છે, છેલ્લા એક અઠવાડિયાથી એ એમાં જ છે."

કાવેરીબેન -"તમે લોકો ભણાવો ક્યારે સ્કૂલમાં ??"

બધા હસવા લાગે છે.

હસતા હસતા ધરાને દુખાવો થાય છે અને એની રાડ બોલી જાય છે.

ધરા - "મમ્મી, બીજી ડિલેવરી તો સહેલી હોય, આ કઈ સહેલી નથી લાગતી મને, પેલી વખત જેવો જ દુખાવો થાય છે."

કાવેરીબેન - "એ થોડીક વાર જ થશે, બીજી ડિલેવરી ના ઝાઝો સમય ન લાગે."

***

શિક્ષા મહોત્સવ સારી રીતે ચાલી રહ્યો હતો. ચૂંટણી પુરી થઇ ગઇ એટલે ફરી મહોત્સવો શરૂ થઈ ગયાં હતાં.

વ્યોમ વિચારે છે કે - "અત્યાર સુધી ચૂંટણી ના કામ માં હતો અને હવે મહોત્સવમાં આજે તો આ પૂરો કરી સીધું ધરા પાસે જ જવું છે."

***

ડિલેવરી રૂમમાં બાળકના રુદનની ધ્વનિ આવે છે. બહાર બેઠેલા મીનાબેન, મુકેશભાઇ, પંકજભાઇ અને જય ને આ સંભળાય છે. બધા આનંદિત થઈ જાય છે.

ધરાને રૂમમાં શિફ્ટ કરી એના હાથમાં કપડાંથી આખું વીંટાળી એક બાળક અપાય છે. બાળકને હાથમાં લઈ ધરા એને જોયાં કરે છે. ક્ષિતિજ વખતે જે લાગણીઓ હતી એ જ બધી ફરી જીવિત થઈ જાય છે. ધરાની આંખો ભીની થઇ જાય છે.

મીનાબેન -"આ ઢીંગલી તો જો આવ્યાં ભેગી આંખો ખુલ્લી રાખી બધું જોવા માંડી છે."

કાવેરીબેન - "તમારે હવે ફરી ડ્યુટી ચાલુ મીનાબેન !!! "

મીનાબેન -"હા, હું તો એમાંથી જ નવરી નહિ થઈ, પેલા મારા ત્રણ હતા એને મોટા કર્યા ત્યાં આ ક્ષિતિજ ભાઈ આવી ગયાં, હવે આ બેનબા અને હજુ કિશન ને મીરાં તો લાઈનમાં છે. !!! "

બધાં હસવા લાગે છે.

ધરા મનોમન વ્યોમને યાદ કરે છે અને અફસોસ પણ કરે છે કે જીવનના સુવર્ણ પળોમાં એ એની સાથે નથી. આ વખતે એ જ પરિસ્થિતિ હતી પણ એ ઝંખનાની તીવ્રતા ઘટી ગઈ હતી. ધરા રૂપી અભિસારીકા એ પરિસ્થિતિ પ્રમાણે પોતાની ઈચ્છાઓ સાથે સમાધાન કરી લીધું હતું.

ક્ષિતિજ એની નાની બેનને જોઈને ખુશ થઈ જાય છે એ એની આજુબાજુ જ રહે છે.

ક્ષિતિજ -"મમ્મી, આ બેબી ને કઈ ખવડાવાય ?"

ધરા -"ના, એને છ મહિના સુધી કઇ ન ખવડાવાય. "

ક્ષિતિજ -"તો એને ભૂખ લાગે તો એ શું કરે ?"

બાળસહજ સવાલ એનાં મનમાં ઉઠે છે.

ધરા -"એને મમ્મી નું ધાવણ જ આપવાનું હોય, તનેય મેં આપ્યું હતું દિકા ."

ક્ષિતિજ રમવા માંડે છે. નાના બાળકને આગમનથી ફરી વ્યોમ ધરા ના જીવનમાં નવો રંગ આવે છે. એમાં પણ હવે એમને એક દીકરો અને એક દીકરી બંને થઈ ગયાં એટલે એક પરફેકટ પરિવાર આધુનિક યુગ માટે કહી શકાય.

બાળકી જરા પણ રડતી નથી કે બહુ તોફાન કરતી નથી.

મીનાબેન -"દીકરીઓ આવી જ હોય, ક્યારેય એનાં માં બાપ ને હેરાન ન કરે, આ તો જો અત્યારથી જ આવી છે.વ્યોમના પપ્પા, જાવ તો પેંડા લઈ આવો અને બધાં ને ખવડાવો. "

કાવેરીબેન -"પણ આ તો દીકરી છે, આપણે દીકરી જન્મે તો પેંડા ક્યાં વહેંચીએ. "

મીનાબેન -"એવું શું કામ ? સંતાન તો બંને છે, તો આ દીકરી અને આ દીકરો અને આ જન્મે તો આમ અને પેલું જન્મે તો તેમ એવું ના હોય ને. "

કાવેરીબેન -"સાચી વાત છે આપણે જ આ વિચાર બદલવો પડશે. અત્યારે દીકરી પણ દીકરા સમાન જ છે."

***

વ્યોમને ધરા ફોન કરે છે. .

ધરા -"તમે ફરી પિતા બની ગયાં. "

વ્યોમ -"હા, મારી દીકરી આવી ગઈ ને. !! "

ધરા - "મારી ?"

વ્યોમ - "આપણી બસ, પણ એ વધુ મારી બાજુ જ રહેશે કેમ કે મને ખબર છે દીકરી હમેશા પિતા બાજુ હોય, એટલે ફાઇનલી મને કોઈ સપોર્ટ કરવાવાળું મળ્યું. "

***

બીજા દિવસે કાવેરીબેન ધરાને ઘરે લઇ જાય છે. ઘરને આખું ફૂલોના શણગારથી સુંદર બનાવી દેવામાં આવ્યું હોય છે. જય અને એનાં મિત્રોએ બધી તૈયારી કરી હોય છે.

બાળકી ના કંકુ પગલાં લેવાય છે અને ઊર્મિભેર સ્વાગત કરવામાં આવે છે. ધરા માટે આ બધું યાદગાર રહી જાય છે.

ધરા -"આટલું બધું કરવાની ક્યાં જરૂર હતી."

જય -"લક્ષ્મી જી આવે તો એનું સ્વાગત તો કરવું જ પડે ને ? "

બધાં ફોટા પાડે છે અને ત્યારબાદ ધરાને રૂમમાં આરામ કરવા માટે કાવેરીબેન અને મીનાબેન મોકલી આપે છે.

બપોરે જમ્યા બાદ મીનાબેન અને મુકેશભાઈ નીકળી જાય છે કારણ કે એ ફરી છઠી ના દિવસે લાડવા લઈ ને આવવાનું પ્લાન કરે છે.

મીનાબેન -"કાવેરીબેન હવે અમે લઈ જઈએ ધરાને અને બેબીને અઠવાડિયા પછી ."

કાવેરીબેન -"ના, ના ભલે એ એકાદ મહિનો હજુ અહી આરામ કરે. "

મીનાબેન -"તમારે આખો દિવસ હેરાન થવું પડે એટલે અને આમેય અમારી જ ફરજ બને પેલાં "

કાવેરીબેન -"ના, ના એવું કંઈ ન હોય એ અહીંયા રહે કે ત્યાં બધું એક જ છે ને. "

મીનાબેન -"કઈ કામકાજ હોય તો કેજો હો, એકલા એકલા ન તકલીફ લેતાં "

આમ સામાજિક શિષ્ટાચાર કરી એ ત્યાંથી નીકળે છે.

ક્ષિતિજ જીદ કરી ત્યાં જ રહી જાય છે એ રડવા લાગે છે કારણ કે એને એની નાની બેન પાસે રહેવું હોય છે. પંકજભાઈ એને રોકી રાખે છે અને કહે છે કે વાંધો નહિ એ મારી જોડે રહેશે અને આમ પણ હવે એ મોટો થઈ ગયો છે એટલે વાંધો નહિ આવે.

***

સાંજ થતા વ્યોમના પગલાં ધરાના રૂમમાં પડે છે. ધરા થોડી ઊંઘમાં હોય છે. વ્યોમ ધરાને ગાત્ર પર ચુંબન કરે છે અને ધીમેક થી ઢીંગલી ને પોતાની પાસે લઈ લે છે.

બેબી થોડી વાર માં રડવા લાગે છે.ધરાની ઊંઘ ઊડી જાય છે. એ જુએ છે કે વ્યોમ બેબીને રમાડે છે.

ધરા -"આવી ગયા તમે ?"

વ્યોમ -"હા, જેવું ફંક્શન પૂરું થયું એવું બધું પૂર્ણ કરી આવી ગયો."

બેબી ફરી રડવા લાગે છે.

ધરા -"લાવો એને તમારી પાસે આવી ને જ રડે મારા બધા બાળકો.
"

વ્યોમ -"એવું કંઈ નથી હો. "પછી વ્યોમ બેબી માટે લીધેલ સોનાનો ચેન એને પહેરાવે છે.

વ્યોમ -"મારી ઢીંગુ માટે અત્યારથી સોનુ લઈ લીધું . મારી દીકરી સોના જેવી જ છે ને એટલે. !!"

ધરા -"અને અમે. ?? અમને તો પિત્તળ નું વાસણ પણ લઈ દીધું નથી તમેં !!"

ધરા બેબીને ખોળામાં લે છે અને ધાવણ આપે છે. આ વખતે એ બધું સારી રીતે કરી લે છે.

વ્યોમ -"બધું તમારું જ છે ને. "

ધરા - "(મનમાં) સિવાય તમારો સમય. !!"

વ્યોમ -"નામ શું રાખશું. ?"

ધરા - "મેં એક નામ વિચાર્યું છે. એની રાશિ પરથી. "

વ્યોમ -"શું ?"

ધરા - "સંધ્યા "

વ્યોમ -"એટલે સાંજ, ઇવનિંગ ને. ?"

ધરા -"જી હા માસ્તર જી. !! "

વ્યોમ -"સરસ નામ છે, ફાઇનલ. !! રિયાને કહી દેશું કે આ નામ રાખી દે. "

ધરા સંધ્યાને લઈને પ્રભાતના સમયે કુમળાં સૂર્યપ્રકાશમાં બેઠી હોય છે. એ એને હળવે હળવે તેલ માલિશ કરતી હોય છે. સંધ્યા ચુપચાપ હોય છે એ આંખોથી ચારેબાજુ જોયા કરે છે. ક્યારેક કયારેક હસ્યાં કરે છે. જયનું સગપણ પણ નક્કી થઈ જાય છે અને એનું જલ અપાય જાય છે. જય ધરાને એની ભાવિ પત્ની વિશે વાતો કરે છે. ધરા એના અને વ્યોમના આ સમયના ભૂતકાળમાં ડોકિયું કરે છે પણ એને કોઈ પ્રતિબિંબ દેખાતું નથી. એને એમ લાગે છે કે પોતે કંઈક ભૂલી તો નથી ગઈ ને ? ત્યાં ધરાને એક સરપ્રાઈઝ મળે છે.

ધરા - "ચાંદની. .???!!!! "

ધરા ને ચાંદની ગળે મળે છે અને એ ખૂબ જ ખુશ થઈ જાય છે. ચાંદની પણ ઘરે રોકાવા આવી હોય છે. એને પણ એક ત્રણ વર્ષની બેબી હોય છે.

ચાંદની - "ધરા, કેટલા બધા સમય પછી આપણે મળીએ છીએ. "

ધરા - "પેલા એક દિવસ એક બીજા વિના ન ચાલતું અને આજે વર્ષો સુધી મળતાં પણ નથી "

ચાંદની - "હા, યાર એ દિવસો જ કંઈક અલગ હતા, એકબીજા માટે સમય હતો અને અત્યારે પોતા માટે સમય કાઢવો હોય તો એ પણ મળતો નથી. "

ધરા - "સાચી વાત છે, પરિવાર અને કામ બસ . !!! જીવન સાવ મર્યાદિત થઈ ગયું છે."

ચાંદની -"શું કરે વ્યોમ કુમાર ?"

ધરા -"બસ એ એનાં કામમાં વ્યસ્ત હોય અને મસ્ત હોય. !!! એમની નોકરી છે એ મારી સોતન છે !!! એ એને વધુ સમય આપે અને મને . .!!! "

ચાંદની હસવા લાગે છે.

જીવનમાં ખાલીપો હમેંશા કોઈ ને કોઈ રીતે બહાર આવતો રહે છે. ક્યારેક આંસુ બનીને તો ક્યારેક હાસ્ય બનીને. !!! ક્યારેક શબ્દોથી પણ વર્ણવી ન શકાય તો ક્યારેક મૌન પણ સર્વ કહી દે. . .!!!

બંને મનભરીને વાતો કરે છે. ચાંદની દરરોજ ધરાને મળવા આવે છે. ધરાને પણ ઘણું સારું લાગે છે.

ધરાને અભિનંદન આપવા અને સંધ્યાને બોલાવવા સંગીતાબેન પણ એક દિવસ આવે છે. મીનાબેન અને એ સર્વે પણ ધરા માટે લાડવા અને સંધ્યા માટે રમકડાં અને કપડાં બધું લઈને આવે છે.

એક મહિનો જતો રહે છે. મીરાં અને કિશન ધરાને ઘરે લઈ જવા આવે છે. સંધ્યા અને ક્ષિતિજ વિદાય લે છે ત્યારે બધાં ભાવુક થઈ જાય છે .

કાવેરીબેન તો સંધ્યા ને હાથમાં લઈ ખૂબ વ્હાલ કરી લે છે અને રડવા લાગે છે. ધરા એમને ફરી થોડા સમય પછી મળવા આવવા કહે છે.

સંધ્યા નું અહીં ઘરે પણ ફૂલો અને કુમકુમ પગલાં કરાવી સ્વાગત કરવામાં આવે છે. મીનાબેન અને મુકેશભાઈ તો હરખ ઘેલા થઈ જાય છે.

ધરા પરિવારનો આ પ્રેમ જોઈને ધન્યતા અનુભવે છે.એ વિચારે છે કે આવો પરિવાર તો નસીબ વાળને જ મળતો હશે. !! એ મનોમન ઈશ્વરનો આભાર પણ માને છે.

કિશન અને મીરાં બીજદિવસે પોતાના કર્મ ક્ષેત્રે જતાં રહે છે. મીરાં ને પણ મહિના હોય ધરા અને મીનાબેન એને તબિયતનું ધ્યાન રાખવા સલાહ આપે છે.

આમ જ એક દિવસ સવારે એક ટપાલ આવે છે. એમાં ધરાનું નામ હોય છે.

પંકજભાઈ - "ધરા તમારી ટપાલ આવી છે."

ધરા ને નવાઈ લાગે છે - "મારી ટપાલ. ?"

ધરા ટપાલ જુએ છે .

અને એમાં બદલીનો ઓર્ડર હોય છે.

ધરા જોરથી બુમ પડે છે - "એ મમ્મી, પપ્પા બદલીનો ઓર્ડર છે. "

ધરાના આનંદ નો પાર રહેતો નથી.ધરાની વાત સાંભળીને ત્યાં હાજર સૌ એને વધાવી લે છે.

જે સ્વપ્ન દિવસ રાત જોયું હતું એ આજે પૂર્ણ થયું હતું.

ધરા આગળ વાંચે છે અને કોઈ તલવાર મારે અને અવાજ પણ ન આવે એવો ઘા એને લાગે છે.

"આ શું ?"

"બદલી એણે તો વ્યોમ ની શાળાના ગામની માંગી હતી અને આ તો વતનની આવી ગઈ. !!"

ધરા કંઈ બોલી શકતી નથી.

મીનાબેન - "સારું, હવે તને ઘરે રહેવા મળશે અને બન્ને બાળકોને પણ મા વિના રહેવું નહિ પડે. "

મુકેશભાઈ - "તમે ઘણો સમય ઘરથી દૂર રહ્યાં હવે ઘરે રહેવા મળશે. પરિવાર સાથે, બાળકો સાથે સમય મળશે."

ધરા સમજી નથી શકતી કે આ સારું થયું કે નહીં પણ એટલું ચોક્કસ કે એની જે ઈચ્છા હતી એનું બાળમરણ અવશ્ય થઈ ગયું હતું. !!!

એ ત્યાંથી પોતાના રૂમમાં જતી રહે છે.

વ્યોમને એ ફોન કરે છે .

ધરા - "વ્યોમ મારો બદલી નો ઓર્ડર આવી ગયો છે."

વ્યોમ -"વાહ, બહુ સારા સમાચાર છે."

ધરા - "પણ બદલી અહીંયા થઈ છે ત્યાં એ બાજુ નો ઓર્ડર નથી આવ્યો. "

વ્યોમ -"હા, એ મને ખ્યાલ છે, તને ઘરે રહેવા મળે, પરિવાર અને બાળકો સાથે સમય મળે એટલે બદલીનો ઓર્ડર ત્યાં કરાવ્યો. "

ધરા - "પણ મારે. . "

વ્યોમ વચ્ચેથી જ - "ચાલ મને કામ છે થોડુંક નિરાંતે ફોન કરું, હવે તો તારે સારું જ થઈ ગયું. "

ધરા મૌન જ રહે છે. એ સમજી નથી શકતી કે આ શું થઈ ગયું છે.

એ ત્યાં જ મૂર્તિ બની ઊભી રહી જાય છે. એ વિચારે છે કે એ પાષાણ મૂર્તિ હોત તો પણ સારું હતું આ ધબકતા હૃદય સાથે પાષાણ બનાતું નથી.

કોઈએ કીધું છે કે કાચ અને હૃદય સમાન છે ખોટું છે કાચ તો એક જ વાર તૂટે છે પણ આ એક હૃદય અનેક વાર તૂટે છે, કાચ તૂટે તો અવાજ આવે પણ હૃદય તૂટે તો અવાજ પણ નથી આવતો, કાચ તો થોડી ગરમી પણ સહન કરી શકતો નથી જ્યારે હૃદય તો વજ્ર ના ઘા પણ સહન કરી લે છે.

ધરા એક અતૂટ પ્રેમની અભિસારિકા બની વ્યોમ ને મળવાની ફક્ત રાહ જોતી રહે છે. પ્રેમના મૃગજળ પાછળ એ સૂકાં રણમાં મુસાફરી કરતી રહે છે.

ધરા વ્યોમ ને સાંજે ફોન કરીને કહે પણ છે -

"મારે ત્યાં તમારી પાસે બદલી કરીને આવવું હતું, આ મારી બદલી અહીંયા કેમ થઈ ગઈ ? હું તમારા ભરોસે રહી ગઈ અને તમે કીધું કે તમે બધું કરી લેશો એટલે મેં પછી એમાં દખલ ન કરી."

વ્યોમ એની આગવી છણાવટ અને બનાવટ સાથે - "ધરા તને ખબર જ છે આપણે પૂરતા પ્રયત્ન કરી લીધાં છે, બે જ વિકલ્પ હતાં તારા માટે અને અહીંયા આવવું બંને રીતે અઘરું એટલાં માટે હતું કે અહીંયા આપણે બંને સાથે રહેત ભાડે, અહીંયા બીજી

આપણા ઘર જેવી સગવડ તો ન હોય, પરિવાર અહીંયા ન હોય, ક્ષિતિજ અને સંધ્યા પણ અહિયા ન આવી શકે, આ બાજુ બદલી નાભાવ પણ ત્યાં કરતા ત્રણ ગણા હતાં, એટલે બધું વિચારીને છેલ્લે ત્યાં નું નકકી કર્યું. ."

ધરા - (મનમાં) "ઓહ તો બદલી ના ત્રણ ગણા ભાવ આ વખતે નડી ગયા. !!! "

સંધ્યા ત્યાં રડવાનું શરૂ કરે છે અને ધરા ફોન મૂકી એને સંભાળે છે.

***

ધરા નો શાળામાં છેલ્લો દિવસ હતો . એણે આ શાળામાં પાંચ વર્ષ ઉપર નોકરી કરી લીધી હતી. એને સ્ટાફ સાથે અને ખાસ સંગીતાબેન સાથે આત્મીયતા બંધાઈ ગઈ હતી.

ધરા - "સંગીતાબેન, ચાલો મને મુકવા નહિ આવો. ?"

સંગીતાબેન ની આંખો ભીની થઇ જાય છે. એ રડવા લાગે છે. બીજા સ્ટાફની આંખો પણ ભરાય જાય છે.

સંગીતાબેન - "હજુ તો એમ લાગે કે કાલે જ મળ્યાં હતા, સમય કેમ પાંખો લગાડી ઊડી જાય છે ખબર પડતી નથી."

ધરા સંગીતાબેન ને ગળે મળે છે અને અત્યારસુધી એમણે મોટા બહેન ની જેમ જે ધ્યાન રાખ્યું એના માટે એમનો આભાર માને છે .વિદ્યાર્થીઓ પણ રોવા લાગે છે.વિદ્યાર્થીઓ ધરાને શાળા ન છોડવા કહે છે.પણ બધાં સમજે છે કે ટીચર ને એના વતનમાં બદલી થઈ છે તો જવું પડશે. ધરા બધાને સારી રીતે અભ્યાસ કરાવતી અને ધ્યાન પણ રાખતી . કોઈને કઈ તકલીફ હોય તો એનું નિરાકરણ પણ લાવતી. દરેક વ્યક્તિના બે જીવન હોય છે, એક એના પરિવાર જનો સાથે અને બીજું એની કર્મભૂમિ નોકરી

હોય કે વ્યવસાય હોય ત્યાં. આ બન્ને માં એણે સમતોલન જાળવવું પડે, બંને જગ્યા એ સાથે રહેતા લોકોનું ધ્યાન રાખવું પડે. બંનેને એકબીજા પર હાવી ન થવા દેવા એ પણ જરૂરી છે . ધરા બધાં વર્ગમાં બધા બાળકોને સારી રીતે ભણવા અને પરિક્ષામાં સારા ગુણ લાવવા મહેનત કરવા સલાહ આપે છે.

ધરા શાળા છોડે છે.એ શાળાના દરવાજા પાસે જઈ પાછળ જુએ છે, એની આ કર્મભૂમિ હતી. એને અહીંની તમામ સ્મૃતિઓ નજર સમક્ષ દેખાય છે . **આંસુઓ ફરી આંખોના બંધનની લક્ષ્મણ રેખા તોડી બહાર નીકળી જાય છે.** ધરા સમાન પેક કરી એક નાના ટેમ્પોમાં જવા દે છે અને પોતે બસમાં ઘર તરફ જવા રવાના થાય છે.

ધરા - "બન્ને માણસ નોકરી કરતાં હોય ત્યારે પારિવારિક જીવન જેવું કંઈ રહેતું નથી. ફક્ત પૈસા કમાવવાની હોડ જ રહે છે."

ઘરે આવેલ મીરાંને ધરા કહે છે.

મીરા - "એટલે જ મેં શરૂઆતથી જ કિશન જોડે રહેવાની જિદ્દ પકડી રાખી હતી.ત્યારે મારી વાતો થતી કે આવ્યા ભેગી ઘરેથી જતી રહી, સામે બોલી વગેરે વગેરે પણ મેં એ બધું ગણકાર્યું નહિ."

ધરા -"અહીંયા અમને કોઈ દિવસ એ આવડ્યું નહિ. "

મીરા - "ભાભી, હવે તમે ભાઈને કહો કે તમારી પાસે અહીંયા બદલી કરાવી નાંખે ."

ધરા -"ધીમે ધીમે કહીશ, હમણાં જ હજી મારી બદલી થઈ છે એટલે એ એમ તો માનશે નહિ."

મીરા - "ભાભી તમે કઈ માટીના બનેલા છો, તમે બહુ જતું કર્યું છે અને હજી કરો છો, **તમને ક્યારેય દુઃખ નથી થતું. ?"**

ધરા - "દુઃખ તો થાય પણ પરિવાર માટે, બાળકો માટે બધું સહન કરી લઉં, કાલે સારું થઇ જશે. આપના મધ્યમવર્ગની કથા જ આવી હોય છે, ફિલ્મમાં અને નવલકથાઓમાં જે રીતે એક નાયક અને નાયિકાને દર્શાવવામાં આવે છે એવું આપણે તો શક્ય જ નથી,

કેન્ડલ લાઈટ ડિનર, દર વર્ષે લાંબી ટુર, લોન્ગ ડ્રાઇવ પર જવું, સરપ્રાઇઝ પાર્ટીઓ બધું એક સ્વપ્ન સમાન હોય છે. આપણે તો બસ ફક્ત એક ફોન આવી જાય કે મહિને એકવાર મળવા આવી જાય તો પણ વસંત આવી હોય એવું લાગે. "

મીરા ધરાની વાત સાંભળ્યા કરે છે. એને અહેસાસ થાય છે કે ખરેખર એવું જ હોય છે, પરિવારમાં જે મોટાં હોય એનું જીવન આ જ રીતે પસાર થતું હોય છે.

***

ધરા સંધ્યાને હાથ પકડી ધીમે ધીમે ચલાવતા શીખવાડે છે. સંધ્યા પગમાં નાની નાની પાયલ પહેરી ચાલતાં શીખવાડે છે. સંધ્યા ધીમે ધીમે પગ માંડી ચાલવા લાગે છે.

ધરા - "બાળકોને પહેલી વાર ચાલતાં જોવા, બોલતાં જોવા એ એક અનેરો લ્હાવો છે . ક્ષિતિજ વખતે મેં ઘણું મિસ કર્યું એ સંધ્યા વખતે નહિ થાય ."

મીનાબેન અને ધરા પાપડ બનાવી સુકવતા જતા હતા અને વાતો કરતા જતા હતા.

મીનાબેન - "ધરા, તું આવી ગઈ મારે પણ ઘરમાં રોનક આવી ગઈ. બાકી હું અને તારા પપ્પા એકલા હોઈએ આખો દિવસ અને આ તારો લાલો અમને હેરાન કર્યા કરે ."

ધરા -"દાદા દાદી અને નાના નાની પાસે બાળકો સૌથી વધુ લાડ કરે."

મીનાબેન - "હા, સાચી વાત છે."

***

જીવનના પન્નાઓ ફર્યા કરે છે. જય ના લગ્ન થઈ જાય છે.જય અને જાનકી લગ્ન પછી ગોવા ફરવા પણ જતાં રહે છે. મીરાં ને ત્યાં બેબી નો જન્મ થાય છે . મીરાં ની ડિલેવરી વખતે ધરા એને ઘણો સપોર્ટ કરે છે. મીરાં થોડા મહિના ઘરે રહે છે પછી ફરી કિશન પાસે જતી રહે છે.

રિયા અને રાહુલ ને ત્યાં પણ પારણું બંધાય છે . રિયાને ત્યાં પણ બાળગોપાલનું આગમન થાય છે . મીનાબેન ત્યાં થોડા દિવસ રોકાવા પણ જાય છે . ધરા એક આદર્શ વહુની જેમ મીનાબેનની ગેરહાજરીમાં પોતાની બધી ફરજો પુરી કરે છે.

વેકેશનમાં વ્યોમ ને જે પ્રવાસભથ્થું(એલ.ટી.સી) મળે એમાં એ ધરા અને બાળકોને શિમલા અને કુલુ મનાલી લઈ જવાનો પ્લાન કરે છે. અગાઉ લગ્ન પછી એમણે પ્લાન કર્યું હતું પણ એ જઈ શક્યા ન હતાં.

ધરા ઘણી ખુશ હોય છે, એ તમામ તૈયારીઓ કરી લે છે.

એ સ્વપ્ન જુએ છે કે બાળકો અને વ્યોમ એને બરફ ઉડાડે છે. રાતે ઠંડી હોય ત્યારે વ્યોમ એને પોતાની પાસે બેસાડી ગરમ ચા પીવડાવે છે. બધાં હસી મજાક કરતાં કરતાં જમતા હોય.

એ એકલી એકલી હસ્યા કરે છે અને પોતાની જાત ને કહે છે .

"બુધ્ધુ થઈ ન જતી ધરા, આ વખતે અમે અંતે આટલા વર્ષો પછી ફાઇનલી ફરવા જઈ રહ્યાં છીએ. મને એમ થાય છે કે હું નાચવા લાગુ . "ધરા ત્યાં ફળિયામાં કામ કરતાં કરતાં ગોળગોળ ફરવા લાગે છે.

સંધ્યા પણ એને જોઈને ગોળ ગોળ ફરવા લાગે છે.ધરા એને જોઈને હસવા લાગે છે. એને તેડી લે છે અને વ્હાલ કરવા લાગે છે. ક્ષિતિજ આ બધું ટીવી જોતા જોતા જુએ છે અને ઇર્ષ્યાના ભાવથી ત્યાં નજીક આવી જાય છે અને ધરાને પોતાને તેડવા પણ કહે છે. ધરા એને અને સંધ્યા બન્ને ને ગળે લગાડે છે અને વ્હાલ કર્યા રાખે છે.

સ્વપ્નો બહુ નાજુક હોય છે, વ્યક્તિને હવામાં પાંખો વિના પણ ઉડવાનો અનુભવ કરાવે છે. ધરા પણ પુનઃ આ દિવાસ્વપ્નમાં આનંદ ની અનુભૂતિ કરે છે.

સ્ટેશન પર વારાફરતી ટ્રેન આવતી જતી હોય છે. ઘોંઘાટને કારણે એકબીજાનો અવાજ પણ ન સંભળાય એવી સ્થિતિ હોય છે. જુદા જુદા સ્ટેશન પર જતાં યાત્રિકોની ભીડ ત્યાં એકત્ર થઇ હતી.મોટા ભાગના સહપરિવાર યાત્રા કરતા હોય છે.

"ચાલો, ચાય ચાય ચાય. . "

"ચાલો, સમોસા, ઘૂઘરા, ભેળ. ."

"પાણીની બોટલ . .પાણીની બોટલ. . "

"યાત્રીગણ કૃપયા ધ્યાન દે, મનાલી એક્સપ્રેસ અપને નિર્ધારિત સમય પર પ્લેટફોર્મ નંબર એક પર આનેવાલી હે. "

***

મીનાબેન - "સારું આટલા વર્ષે આખરે બધાં ક્યાંક ભેગાં ફરવા જાય છે."

મુકેશભાઇ -"હા, વ્યોમ અને ધરા તો લગ્ન પછી પણ ક્યાંય ગયા જ નથી, નોકરી અને બાળકોની જવાબદારી વચ્ચે બંનેનો સંબંધ રીતસર ચક્કીમાં જેમ દાણા પીસાતા હોય એમ પીસાય ગયો છે."

મીનાબેન -"પણ ધરા એ અત્યાર સુધી એક પણ ફરિયાદ કરી નથી બાકી એની જગ્યાએ જો કોઇ બીજી સ્ત્રી હોત તો આટલું જતું ન કરત."

મુકેશભાઇ - "એટલે તો એ બંનેની જોડી આટલી અલગ છે."

ત્યાં એમના ફોનમાં ધરાના ઘરે થી ફોન આવે છે.

મુકેશભાઇ -"હેલ્લો, જય બોલો કેમ છે?"

જય મુકેશભાઇને જે કહે છે એનાથી મુકેશભાઇ ત્યાં જ સોફા પર બેસી જાય છે.એમના પર આકાશ તૂટી પડે છે.

મુકેશભાઇ - "અમે નીકળીએ છીએ. "

એમ કહી એ ફોન મુકે છે .

***

ક્ષિતિજ - "મમ્મી, મને આ વેફર લઈ ઘો ને . "

ધરા -"ઘરેથી આટલો નાસ્તો લીધો છે તો પણ વેફર લેવી છે. આ ઘરેથી દાદી એ આપી છે એ વેફર ખાઈ લે."

ક્ષિતિજ -"ના, મારે ટમેટા વેફર જ ખાવી છે."

વ્યોમ -"ઊભો રે હું લાવી આપું. "

ધરા -"તમે આની દરેક વાત ન માનો વ્યોમ, એ ઘરનું કઈ ખાતો જ નથી, એને જોઇને આ બેન પણ એ જ શીખશે. "

સંધ્યા તો શાંતિથી રમતી હોય છે પણ એનું નામ આવતા એ સામે જુએ છે અને હસે છે.

વ્યોમ વેફર લાવી આપે છે. ત્યાં ટ્રેન આવી જાય છે . વ્યોમને મુકેશભાઈનો ફોન આવે છે પણ ટ્રેનમાં બેસવાનું હોય છે એટલે એ ફોન ઉપાડી શકતો નથી.

ધરા ખૂબ ખુશ હોય છે કારણ કે એ પોતાના પરિવાર સાથે સમય વિતાવવા જઇ રહી હોય છે.

વ્યોમ સામાન ગોઠવી દે છે પણ એને ઘરેથી સતત ફોન આવતાં જ હોય છે.

એને ગુસ્સો આવે છે કે એ બેસીને ફોન કરવાનો જ હોય છે તો પણ પપ્પા ફોન પર ફોન ચાલું જ રાખે છે .

ફોન ઉપાડીને -"પપ્પા, બેસી જઇએ એટલે ફોન કરવાના જ હોઇએ. "

મુકેશભાઇ -"એ વાત નથી અહિયાં.."

આજુબાજુ આવતો તમામ ઘોંઘાટ અચાનક શાંત થઇ જાય છે. વ્યોમ સમજી નથી શકતો શું પ્રતિક્રિયા આપવી.

એ ફોન મૂકીને..

વ્યોમ -"ધરા, સામાન લઈ લો અને ટ્રેન માંથી ઉતરી જાવ ચાલો."

ધરા -"વ્યોમ, હવે આવી મજાક ન હોય, જવા ટાઈમે."

વ્યોમ થેલો અને સૂટકેશ લઈને નીચે ઉતરે છે.ધરા કંઇ સમજી સકતી નથી.

ધરા -"વાત શું છે ? કઇ ચિંતા જેવું છે ?"

ધરા બન્ને બાળકોને નીચે ઉતારે છે અને ત્યાં પ્લેટફોર્મ પર બેન્ચ બેસાડે છે.

વ્યોમ બધો સામાન લઈ ને ઉતરે છે.

ધરા - "વ્યોમ, વાત શુ છે ?? મારો જીવ તાળવે ચોંટી ગયો છે."

વ્યોમ -"ધરા.."

એ બોલી શકતો નથી. એની આંખો ભરાઇ આવે છે.

એ ધરાનો હાથ પોતાના હાથમાં લઈ લે છે.

ધરા - "શું થયું છે. ?"

વ્યોમ -"ધરા તારા પપ્પા.."

ધરા -"શું થયું પપ્પાને ???"

વ્યોમ -"ધરા તારા પપ્પા હવે આપણી વચ્ચે નથી રહ્યાં..!!!"

ધરા -"પાગલ થઇ ગયાં છો કે શું તમે, સમજી વિચારીને બોલો."

વ્યોમ એના બન્ને ખભા પકડી અને એને ફરી કહે છે.

- "એમને હાર્ટ એટેક આવ્યો અને."

ધરા અવાચક બની જાય છે. કોઇ વીજળીનો ઝટકો લાગે અને કેટલીય વાર સુધી કાનમાં અવાજ આવ્યાં કરે એવું થાય છે.

ધરા ત્યાં પ્લેટફોર્મ પર જ ધૂંટણિયે બેસી જાય છે.

"ચાલો, ચાય ચાય ચાય."

"પાણીની બોટલ. પાણીની બોટલ."

"ચાલો, ઘૂઘરા, સમોસા ભેળ."

ધરા આક્રંદ કરી ઉઠે છે. .

"પપ્પા. . ."

મનાલી એક્સપ્રેસ પ્લેટફોર્મ પરથી ધીમે ધીમે રવાના થાય છે.

અચાનક આવી પડેલ પારિવારિક આધાતને ધરા સહન કરી શકતી નથી. .

વ્યોમ એને સાંત્વના આપવાનો પ્રયાસ કરે છે.

ધરા ફરી. .

"પપ્પા. . "એમ ચીસ પાડે છે.

પ્લેટફોર્મ પર હાજર સૌ કોઈ આ બિહામણું દ્રશ્ય જોઈ રહે છે. ધરા ને આમ આક્રંદ કરતાં જોઈ સંધ્યા પણ રડવા લાગે છે.

એક રંગીન કાચ પર ધરાના સ્વપ્ન એ એક રંગીન ચિત્ર દોર્યું હોય છે. જેમાં બધા એકબીજા પર બરફ ઉડાડે છે એ તૂટે છે . બીજું એક ચિત્ર હોય છે જેમાં રાતે ધરા વ્યોમ પાસે હોય છે અને ચા પીતી હોય છે એ પણ તૂટે છે. ઘરનાં આંગણે ગોળ ગોળ ઘૂમતી

અને દિવાસ્વપ્ન સેવતી ધરાની સમક્ષ આખી દુનિયા ગોળ ગોળ ફરવા લાગે છે.

"પપ્પા, આને કયોને મારી વસ્તુ અડે છે. . લગ્નનું એ દ્રશ્ય જ્યાં પપ્પા દૂર રહી અને પછી ધરાને ભેટી ખૂબ રડે છે. . બી.એડ ના એડમિશન વખતે સાથે આવે છે, એ ઘરે રોકાવા જાય છે ત્યારે એનું ધ્યાન રાખે છે. ."

બધું જ ટ્રેન જેમ જઇ રહી હતી એમ એના માનસ પટ પરથી પસાર થઈ રહ્યું હતું.

એ મૂર્છિત થઇ જાય છે. .

ધરા અને વ્યોમ બાળકોને ઘરે મૂકીને નીકળે છે.

ધરા આખા રસ્તે રડતી આવે છે.

વ્યોમ -"ધરા, તારે હવે મજબૂત થવું પડશે, તારે મમ્મી અને જયને હિંમત આપવી પડશે, તું જ આમ કરીશ તો ક્યાંથી ચાલશે ?"

ધરા -"મારામાં જરાય હિંમત નથી વ્યોમ, મારા પપ્પા એ મારા માટે બધું હતાં, એના વિના હું મારા જીવનની કલ્પના પણ ન કરી શકું. "

વ્યોમ -"પણ હવે આ જ હકીકત છે અને તારે એ સ્વીકારવી જ પડશે."

ધરા રડ્યા રાખે છે. ઘરે પહોંચીને એ વધુ તૂટી જાય છે અને ચીસો પાડીને રડ્યા રાખે છે.

મીનાબેન અને કાવેરીબેન એને સંભાળે છે.

ધરા કાવેરીબેન ને પકડીને બહુ રડે છે. આ સંસાર ખરેખર વિચિત્ર છે. જન્મ આપે એને મૃત્યુ આપે જ છે, પણ એની સાથે એટલી મમતા, માયા અને લાગણી બાંધી દે છે કે એ કદી વિસરાતું નથી
.

જય વ્યોમને ગળે મળે છે અને રડવા લાગે છે.

વ્યોમ એને સ્વસ્થ રહેવા કહે છે અને હિંમત રાખવા કહે છે.

પંકજભાઈને અગ્નિ સંસ્કાર અપાય છે. સાંજે સૌ કોઈ પોતાના ઘરે નીકળી જાય છે. ધરા ત્યાં રોકાય છે.

ધરા -"હું ઉતરક્રિયા સુધી અહીંયા જ રહીશ."

મીનાબેન -"હા, અમે પણ બે દિવસ પછી બેસણા માં ફરી આવશું.
"

ધરા - "મારું જીવન કેમ આવું હશે મમ્મી, મળે છે બધું પણ માણી કઈ સકતી નથી."

મીનાબેન - **"જેમ ધરતી માતાની ધીરજની પરિક્ષા હોય છે એમ તારે પણ તારા નામની જેમ ધૈર્યની પરિક્ષા આપ્યાં કરવાની છે, તારી નિયતિ જ હશે કદાચ. "**

વ્યોમ -"ધરા, તું હિંમત રાખ, આમ મન નબળું રાખીશ તો મમ્મી અને જય જાનકીનું ધ્યાન કોણ રાખશે ?."

***

આમ ને આમ થોડા દિવસો પસાર થઈ જાય છે. ધરા ફરી સંસારમાં જોડાવાનો પ્રયાસ કરે છે.વ્યોમ રજા પૂર્ણ થતાં ફરી નોકરી પર જતો રહે છે. ધરાને આ સમયે વ્યોમની ઘણી જરૂર હોય છે પણ એના વિના જ એ જીવ્યે જાય છે. ફોનમાં બધું કહી શકાય પણ એકબીજાની ભૌતિક અનુભૂતિ ન મેળવી શકાય.

***

સમય નદીના પ્રવાહ જેવો હોય છે એના વેગમાં વહ્યાં કરતો હોય છે. સમય સાથે ધરા અને વ્યોમ પણ વહ્યાં કરે છે. ધરા પરિવારમાં ઓતપ્રોત થતી રહે છે અને વ્યોમ કામમાં.

સંધ્યા ત્યાં કેલેન્ડરથી રમતી હોય છે.એમ ને એમ રમ્યા કરે છે અને પન્નાઓ ફર્યા કરે છે.

જોત જોતામાં ક્ષિતિજ ધોરણ દસમાં આવી જાય છે.

બન્નેનું બાળપણ ધરાના સ્નેહ અને મમતાના છાયા નીચે કેમ પસાર થઈ જાય છે ખ્યાલ નથી આવતો.

***

ખભા પર સ્કૂલનું બેગ, હાથમાં પાણીની બોટલ અને ક્રીમ શર્ટ અને બ્લેક પેન્ટ પહેરી તૈયાર થયેલ ક્ષિતિજ પોતાની ઇન્ટરનલ એકઝામ આપવા જઇ રહ્યો હોય છે.

ત્યાં એને ફોન આવે છે.

વ્યોમ -"થઈ ગઈ બધી તૈયારી ? "

ક્ષિતિજ - "યસ સર. "

વ્યોમ -"બધું સારી રીતે લખજે, ઉતાવળ ન કરતો જરાય અને લખ્યા પછી ફરી એક વાર ચેક કરી લેજે કંઈ ભુલાય ન ગયું હોય. "

ક્ષિતિજ -"ઓકે બોસ બીજું કંઇ હોય તો કયો. તમે શુ કરો હવે ઘરે આવો, ઘણાં દિવસો થઈ ગયા. "

વ્યોમ -"હા,ઘણા દિવસો થઈ ગયા. "

પાસે દહીં અને સાકરને વાટકી માં લઇ ચમચી સાથે રાહ જોતી ધરા.

મનમાં -"ઘણાં દિવસો. ઘણા વર્ષો થઇ ગયાં. બાળકો મોટા થઈ ગયાં, આવતીકાલે દીકરો બહાર ભણવા જતો રહેશે. દીકરી પણ મોટી થઈ ગઈ પણ **વ્યોમ અને ધરા ન તો ક્ષિતિજ પર મળ્યા કે ન કોઈ સંધ્યા પર. !!! મોબાઈલ ફોન પણ લેન્ડલાઈન પછી નોકિયા માંથી હવે એન્ડ્રોઇડ સ્માર્ટફોન આવી ગયા પણ અમારો સંબંધ હજી એ જ છે. . હજી હું એ જ રાહ પર રાહ જોઈ રહું છું જ્યાં વર્ષો પહેલાં હતી હજી હું એ જ છું અને આગળ પણ એ જ રહીશ એક અતૂટ પ્રેમની અભિસારિકા** "

ધરા ક્ષિતિજને દહીં અને સાકર ખવડાવે છે અને ક્ષિતિજ પરીક્ષા આપવા માટે નીકળે છે.

ધરા પણ ત્યારબાદ શાળાએ જવા માટે તૈયાર થાય છે.

મીનાબેન -"ધરા, હમણાં હમણાં જોવ છું તારી તબિયત સારી નથી લાગતી."

ધરાને કામ કરતા થાકી જવાતું હોય છે અને નબળાઈ પણ વધુ લાગતી હોય છે જે મીનાબેનને ધ્યાને આવે છે.

ધરા -"હા, મમ્મી હમણાં નબળાઈ બહુ રહે છે. ખબર નહિ આ દોડાદોડી ને લીધે હશે."

મીનાબેન -"તો ધ્યાન રાખો અને પોતાના માટે સમય કાઢો. અમારે હવે ગણેલા વર્ષો છે તમારે હજી બાકી છે બધું. "

સંધ્યા ત્યાં ધરા પાસે આવીને એને ગળે મળે છે.

સંધ્યા -"મા, દોડાદોડી બહુ કરે ને. આ કરે પેલું કરે . બેસે નહિ . હવે કામ નહીં કરવાનું બહુ. હું કરી લઈશ."

ધરા સંધ્યાને કપાળમાં ચુંબન કરીને - "ના દીકરા હજી તું નાની છો આગળ જઈને તો તારે બધું કરવાનું જ છે અત્યારે કઈ નથી કરવાનું. થોડું થોડું શીખવાનું બસ. "

મીનાબેન -"આ દીકરીઓ જ હોય જે માતા પિતાનું ધ્યાન રાખે છે."

ધરા -"સાચી વાત છે. "

***

વ્યોમ - "જીવનમાં લક્ષ્ય નિર્ધારિત હોવું જોઈએ. નકશો યોગ્ય ન બન્યો હોય તો ઇમારત યોગ્ય બનતી નથી. એટલે એના માટે દરેકે મહેનત કરવી પડે. ફરિયાદો કરનાર પણ ઘણાં મળે છે કે મારી

પાસે આ નથી, મારી પાસે પેલું નથી પણ એ સંઘર્ષમાંથી જ આપણે આગળ આવવાનું છે. તમારું ભવિષ્ય તમારા હાથમાં જ છે. એટલે આજના આ પ્રસંગે મારી તમામ વિદ્યાર્થીને અપીલ કે તમે ખૂબ મહેનત કરો અને તમારું તેમજ તમારા પરિવાર, સમાજ, શાળા અને દેશનું નામ રોશન કરો. "

શિક્ષક સંમેલનમાં વ્યોમ વક્તવ્ય આપે છે અને આખા હોલમાં તાળીઓનો ગળગળાટ થાય છે.

વ્યોમને શ્રેષ્ઠ શિક્ષક નો એવોર્ડ એનાયત કરવામાં આવે છે કારણ કે વ્યોમ એ એના શાળા માં તેમજ એના જિલ્લામાં નવીન પ્રયોગો દ્વારા ઘણા વિદ્યાર્થીઓ માટે ઉમદા કાર્ય કર્યું હતું.

વ્યોમ ધરાને ફોન કરે છે.

ધરા -"તો શ્રેષ્ઠ શિક્ષક નો એવોર્ડ મળી ગયો એમ ને . અભિનંદન "

વ્યોમ -"હું એટલો ખુશ છું કે હું કહી શકું એમ નથી. "

ધરા -"સરસ, તમે ખૂબ મહેનત પણ કરી છે."

વ્યોમ - "ચાલ, પછી વાત કરું. "

***

કાવેરીબેન પંકજભાઇના ફોટા પાસે ઊભા હોય છે.

"તમે ગયાં ને મને એકલી મુકતા ગયાં. ખરેખર જીવનસાથીની ગેરહાજરીમાં જ એની હાજરીની કિંમત સમજાય છે. હવે જય અને ધરા ના જીવનમાં બધું સમુસુતરું ચાલે એટલે હું પણ શાંતિથી ભગવાનના નામ લઈ શકું."

કાવેરીબેનની આંખો ભીની થઇ જાય છે.પછી એ જાનકી સાથે ઘરનાં કામમાં વ્યસ્ત થઈ જાય છે.

***

ક્ષિતિજની થોડા દિવસમાં ધોરણ દસની વાર્ષિક પરિક્ષા લેવાય જાય છે એના પેપર ઘણાં સારાં જાય છે.

એનાં મિત્ર રોનક સાથે એ પેપર પુર્ણ થયાં બાદ વાતો કરે છે.

રોનક -"હવે વેકેશન, મારે તો ખૂબ મજા કરવી હવે આ વેકેશનમાં ફરવા જતું રહેવું છે."

ક્ષિતિજ - "દસમા ધોરણ પછી શું કરીશ તું ?"

રોનક - "આપણે વડોદરા ભણવા જવાનું નક્કી થઈ ગયું છે ત્યાં હોસ્ટેલ માં રહીશ અને આગળ ભણીશ.તું શું કરીશ, તારે પણ ઘરની બહાર તો નીકળવું જ પડશે"

ક્ષિતિજ -"હા, આગળ ભણવા તો જવું જ પડશે, ઘર છોડવું અઘરું લાગશે. "

ક્ષિતિજ પહેલેથી જ ઘરમાં રહ્યો હતો એટલે ઘરની બહાર જવાનું આવતાં એ વિચારમાં પડી જાય છે.

***

ઘરે આવીને ધરા, સંધ્યા અને ક્ષિતિજ સાથે જમે છે.આ એમનું દૈનિક નક્કી જ હોય છે કે રાતે તો સાથે જ. જમવાનું. જમતાં જમતાં આખા દિવસની વાતો કરે અને હસી મજાક કરતાં રહે.

આજે પણ એવું જ હતું.

ક્ષિતિજ -"મમ્મી, મારે આ ગલકાંનું શાક નથી ખાવું તમને ખબર જ છે કે મને નથઇ ભાવતું તો પણ આ કર્યું. !!"

ધરા -"બધું ખાતા શીખવાનું બહાર જશો તો કાંઈ ભાવતું જ નહીં મળે."

ક્ષિતિજ -"તો હું મા ને ભેગી લઈ જઇશ.!!"

ધરા -"હા, મારે તો આ જ કરવાનું બધાનું. !! "

સંધ્યા -"મારી મમ્મી ક્યાંય નહીં આવે હો. "

બધાં આમ હસતાં હસતાં જમી અને ત્યારબાદ સુવા માટે જતાં રહે છે.

બાજુમાં આવેલ ક્લિનિક પર ધરા હેલ્થ ચેક અપ માટે જાય છે.

ડોકટર - "ધરાબેન, તમારા લોહીના ટકા હાલ ૯ જ છે જેના લીધે તમને થાક લાગે છે અને નબળાઈ આવી ગઈ છે. વધુમાં તમારું વજન પણ વધી ગયું છે તમારે હવે શરીર પર ધ્યાન રાખવું પડશે."

ધરા -"હા, હવે હું ધ્યાન રાખીશ. "

ડોકટર દવાનો કોર્સ લખી દે છે, ધરા અને મીનાબેન ઘરે પરત ફરે છે.

મીનાબેન -"ધરા એવું હોય તો થોડાક દિવસ રજા મૂકી દે અને આરામ કર."

ધરા -"ના, મમ્મી એ તો હું દવા પી લઈશ એટલે સારું થઈ જશે."

સાંજે વ્યોમનો ફોન આવતાં આ વાત થાય છે.

વ્યોમ -"તો દવાનો કોર્સ બરાબર પૂરો કરજે."

ધરા - "તમે ક્યારે આવવાનાં ?"

ધરા વ્યોમને ઝંખી રહી હતી. સતત અલગ રહેવાનું હવે એને ફાવતું ન હતું. એની તૃષા વધી ગઈ હતી.

વ્યોમ -"હું આવતા અઠવાડિયે આવીશ અને આપણે સાથે રહેશું."

ધરા -"મારે હવે એક કે બે દિવસ સાથે નથી રહેવું, મારે હવે કાયમ માટે સાથે રહેવું છે."

વ્યોમ -"હા, એ તો આપણે રહેવાના જ છીએ. આખી ઝિંદગી હજી બાકી જ છે !!! "

ધરા -"મને ખરેખર નથી ગમતું હવે. હું માનસિક રીતે થાકી ગઈ છું."

વ્યોમ -"અરે એ તો તને મજા નથી ને એટલે એવું લાગે છે. એવું હોય તો મમ્મી ને ત્યાં બે ચાર દિવસ જઇ આવ."

ધરા - (મનમાં) "વ્યોમ તમે ક્યારે સમજશો, મારે કોઈની નહિ બસ તમારી જરૂર છે. લોહીના ટકાની ઊણપ તો ઠીક દવાનો કોર્સ પુરો કરીશ એટલે વધી જશે પણ આપણા વચ્ચે જે હૂંફ જે સ્નેહ ની ઊણપ છે એ કેવી રીતે દૂર થશે. !!"

***

ક્ષિતિજ નો સામાન પેક કરવામાં આવે છે. ધોરણ દસમા સારા માર્ક્સ સાથે એ ઉત્તીર્ણ થતાં એને વ્યોમ થોડે દુર શહેરમાં આવેલ નામાંકિત શાળામાં પ્રવેશ લેવડાવે છે.

વ્યોમ પણ ઘરે આવેલ હોય છે. આ અગાઉ એનું આવવાનું કેન્સલ થયું હતું કારણ કે એને એક ચિંતન શિબિરમાં જવાનું થયું હતું.

ધરા ક્ષિતિજ ને વ્હાલ કરે છે.એની આંખમાં આંસુ આવી જાય છે. મીનાબેન અને મુકેશભાઈ પણ ભાવભીના થઈ જાય છે. બાળકોને ભણવા મુકવા અને એને વિદાય આપવી એટલી જ અઘરી હોય છે જેટલી એક દિકરી સાસરે જાય ત્યારે વિદાય આપવી.

ધરા -"ધ્યાન રાખજે. હું શું કહું છું મને સાથે આવવા દો ને, હું એકવાર બધું જોઈ લઉં એટલે મને શાંતિ થઈ જાય."

વ્યોમ -"ના,પછી તું ત્યાં પણ રડવા લાગે એટલે આને પણ ન ગમે, બરાબર ને ક્ષિતિજ ?"

ક્ષિતિજ - (ધરાને ગળે મળીને) "મા, ભણવા તો જવું પડે અને મને ફાવી જશે, ચિંતા ન કર."

ક્ષિતિજ અને વ્યોમ સામાન લઈને નીકળે છે.

ધરા જોતી રહે છે. ક્ષિતિજ ના ગયાં બાદ એ ત્યાં જ ઢીલી થઈ જાય છે અને મીનાબેનને પકડીને રડવા લાગે છે.

- "મમ્મી, મારા જીવનમાં ક્યારે બધાં એકસાથે મળશે ? "

કહેવાય છે કે સમય બધાં દુઃખ ઓછાં કરી દે છે પણ સમય સાથે અમુક દુઃખ બળવો બનીને બહાર આવે છે. ધરા સાથે પણ એવું જ થઈ રહ્યું હોય છે.

***

વ્યોમને ખાતામાંથી એક પ્રોજેક્ટ માટે પસંદ કરવામાં આવે છે. વતનપ્રેમ વિદ્યા યોજના અંતર્ગત જે તે આચાર્યને એક વર્ષ માટે પોતાના વતનની શાળામાં નિયુક્ત કરવામાં આવે છે જ્યાં એમણે શિક્ષણ ક્ષેત્રે સુધાર કરવાના હોય છે.

ધરાને એ ફોન કરે છે પણ ધરાની તબિયત સારી ન હોવાથી એ આરામ કરતી હોય છે એટલે ફોન ઉપડતો નથી.

ત્યારબાદ રાતે એ ધરા ને આ વાત કરે છે. ધરા અંદરથી ખુશ થાય છે પણ એને અંદરથી ડર લાગે છે કે ફરી કઈક એવું ન થાય કે એ બન્ને સાથે રહી ન શકે. ધરા સાથે આવી ઘટના વારંવાર થતી હોય છે એટલે એને આશંકાઓ થયાં કરે છે.

***

મીરાં અને કિશન ઘરે આવે છે થોડા દિવસ રોકાવા. કિશન મીરાંનું બહુ ધ્યાન રાખતો હોય છે. એ બંને દરરોજ સાંજે ત્યાં ચાલવા જતાં હોય છે. મીરાં ને કિશન નજીક આવેલા મંદિર અને બગીચામાં પણ ફરવા લઈ જતો હોય છે.

આ બાજુ રિયા અને રાહુલ પણ એકબીજા સાથે પ્રણય સમય પસાર કરતાં હોય છે ધરા એમના વ્હોટ સેપ ના સ્ટેટ્સમાં આ બધું જોયાં કરે છે.

તો આ બાજુ જય અને જાનકી પણ લગ્નની વર્ષ ગાંઠ, હરવા ફરવાના અને એકબીજાના ફોટા શેર કરતાં હોય છે.

ધરાને અંતરથી આ બધાંની ખુશી થાય છે પણ પોતાની ખામી અંદર અંદરથી ખૂંચ્યા કરે છે. એને એવું સતત લાગે છે કે એની આજુબાજુના બધાં દંપતિ કેટલી સારી રીતે રહે છે જ્યારે એ અને વ્યોમ તો ક્યારેય આમ રહ્યાં જ નથી.

ધરા રૂપી અભિસારિકાને વ્યોમના સ્નેહરૂપી આ મૃગજળની જે તૃષા છે એ છીપાતી નથી.

***

વ્યોમનો ફોન આવે છે.

વ્યોમ - "ધરા મારા સ્વાગતની તૈયારી કરી રાખ કાલે હું આવું છું."

ધરા -"વેલકમ, હું તો વર્ષોથી રાહ જોઉં છું સ્વાગતમાં મારા પ્રેમનાં ફૂલો પણ તૈયાર જ છે. હૃદયની લાગણીઓ ઓન સાથે વરસાવી લઈશ."

વ્યોમ -"તું તો સાહિત્યકાર થઈ ગઈ."

ધરા -"તમારા અતૂટ પ્રેમમાં. "

ધરા બીજા દિવસ માટે તૈયારી કરે છે.એ આખા ઘરની સફાઈ કરી દે છે. એના મનમાં અતિશય ઉત્સાહ આવી જાય છે.

મીનાબેન -"ધરા, આ બધું શુ કરે છે, તારી તબિયત સારી નથી. થાય એટલું કરો. "

ધરા -"મમ્મી, આજે આટલા વર્ષો પછી હું અને વ્યોમ સાથે રહેવાના છીએ એ ઉત્સાહમાં જ હું ખુશ થઈને બધું કરું છું."

સંધ્યા પણ એકદમ રાજી થઈ જાય છે. એ ત્યાં ફળિયામાં ગોળ ગોળ ઘુમવા લાગે છે, ધરાને એનામાં પોતાની પ્રતિકૃતિ દેખાય છે.

ધરા સવારે પાંચ વાગ્યે ઊઠી જાય છે.એ વ્યોમને પ્રિય સાડી પહેરે છે અને એને ભાવતું મિષ્ટાન્ન બનાવે છે. ફળિયામાં મોટી રંગોળી કરે છે. ઈશ્વરને દીવો કરી આભાર માને છે.

ત્યારબાદ એ દરવાજા સામે વ્યોમની રાહ જોઈ બેસી રહે છે. એક એક મિનિટ એનાં હૃદયના ધબકારા વધારતી જતી હોય છે.

ધરા વ્યોમની રાહ જોઈ રહી હોય છે થોડીવારમાં જ વ્યોમ ત્યાં આવી જાય છે.

ધરા અને વ્યોમ બંને એકબીજાની સામે આવી જાય છે. દરવાજાની બહાર વ્યોમ હોય છે અને આ બાજુ ધરા.

ફૂલો અને કુમકુમ તિલક ભરેલ થાળી ધરા લે છે અને એમાં દીપ પ્રગટાવી વ્યોમની આરતી ઉતારે છે. એને કુમકુમ તિલક કરી અને પછી ફૂલોથી વધાવે છે.

વ્યોમને થોડું વધુ પડતું સંવેદનશીલ લાગે છે પણ એ કંઈ બોલતો નથી.

વ્યોમ -"આટલું બધું ન કરવાનું હોય."

મીનાબેન - "કેમ ન કરવાનું હોય એક તો તું આટલા વર્ષે ઘરે રહેવા આવ્યો અને મારી વહુ સ્વાગત પણ ન કરે, હવે એક વર્ષ સુધી તારે એ કહે એમ જ કરવાનું છે. !!"

સંધ્યા વ્યોમને ગળે મળે છે અને એ એકદમ ખુશ હોય છે.

સંધ્યા -"પપ્પા, હવે તમને હું ક્યાંય નહીં જવા દઉં, રોજ તમારે મને બહાર ફરવા લઈ જવાની છે અને આટલા બધા ન્યુ કલોથ લઈ દેવાના છે."

વ્યોમ - "જેવો તમારો હુકમ પ્રિન્સેસ. "

વ્યોમ પોતાના રૂમમાં જાય છે અને સામાન રાખે છે.

ધરા એના માટે પાણી અને ચા લઈને આવે છે.

એ બાજુમાં રાખી દે છે અને ધરા વ્યોમને આલિંગનમાં લઈ લે છે.

બંને એકબીજાને અનુભવી શકે છે, એકબીજાના શ્વાસને અનુભવી શકે છે.

ધરા -"વ્યોમ, આ તમે જ છો ને. !!"

વ્યોમ -"હા આ હું જ છું. !!"

ધરા -"કોઇ સ્વપ્ન તો નથી ને. ?"

વ્યોમ -"ના કોઈ સ્વપ્ન નથી, એવું હોય તો મને ચૂંટી ભરી લે. "

ધરા એમ કરે છે.

વ્યોમ -"અરે મેં તો મજાકમાં કીધું હતું !!"

ધરા -"મને તો વિશ્વાસ જ નથી આવતો કે આપણે સાથે થઇ ગયાં.

હવે આપણે રોજ સાથે જમશું.

સાથે ટી.વી જોશું.

હું તમારું મનગમતું જમવાનું રોજ બનાવી આપીશ.

આપણે રોજ રાતે અગાસી પર બેસી વાતો કરશું.

હું તમારા ખભા પર માથું રાખીને સુઈ જઈશ.

તમારો હાથ પકડીને આપણે રાતે ચાલવા જશું.

ક્યારેક નાની વાતમાં ઝઘડો કરશું અને પછી સમાધાન કરશું.

હું તમારા માથામાં તેલ નાખીને મસાજ કરી દઈશ.

તમારા કપડામાં પ્રેસ કરી દઈશ અને સવારે બધું રેડી કરી રાખીશ

.

આપણે સાથે ઘરની વસ્તુઓની ખરીદી કરવા જશું. .

ક્યારેક તમે મને પાણીપુરી ખવડાવવા લઇ જજો.

ગાડીમાં આપણે ક્યારેક ફરવા જશું.

રોજની વાતો સામસામે બેસીને કરશું.

એકબીજાને પ્રેમ કરતાં રહેશું. . કરતાં રહેશું . કરતાં રહેશું. "

ધરાનો પ્રેમ બસ સાથ ઇચ્છતો હતો, **ન કોઈ મોટી માંગણી કે ન કોઈ બિનજરૂરી દેખાવ.**

બસ અંતરની લાગણી અને એક બીજા પ્રત્યે ઝુકાવ.

વ્યોમ -"તે તો આખું પ્લાનિંગ કરી લીધું લાગે. "

ધરા -"હા તમારી પાસેથી જ શીખ્યું છે. "

વ્યોમ ધરાને કપાળમાં ચુંબન કરે છે અને ત્યારબાદ ગાલમાં, એ એના હોઠ પર પોતાના હોઠ રાખવા જાય છે ત્યાં સંધ્યા રૂમમાં આવી જાય છે.

સંધ્યા -"ચાલો મમ્મી પપ્પા મનેય કોક વ્હાલી કરો. દીકરી ને કોઈ વ્હાલી ન કરે. !!"

એ બન્ને હસે છે અને સંધ્યાને ગળે લગાડી લે છે.

ધરા બપોરે વ્યોમની પ્રિય વસ્તુઓ જમવામાં બનાવે છે. બધાંને એ જમવા માટે બોલાવે છે.

ધરા -"આજે બધાં જોડે બેસીને જ જમશું. "

મીનાબેન -"હા, ચાલો હું થાળી પીરસી આપું ."

વ્યોમ અને સંધ્યા ત્યાં ફળિયામાં રમતાં હોય છે. મુકેશભાઇ ટી.વીમા સમાચાર જોતાં હોય છે.

બધાં જમવા બેસે છે.

વ્યોમ -"આજે તો બધું મારી પસંદ નું બન્યું છે."

મીનાબેન -"આ ધરાના હાથની કમાલ છે એ છેલ્લા બે દિવસથી તૈયારી કરતી હતી."

ટેબલ પર રાખેલ વ્યોમનો ફોન ત્યાં વાગે છે.

મીનાબેન -"હવે શાંતિથી જમી લ્યો પછી ઉપાડજો, કામ હશે તો થોડી વાર પછી પણ ફોન કરશે."

વ્યોમ ના ફોનમાં ફરી એકવાર રિંગ વાગે છે.

વ્યોમ -"ધરા જો તો કોનો ફોન છે."

ધરા ફોન લે છે.

ધરા - "હેલ્લો. "

"હેલ્લો હું ક્ષિતિજની સ્કૂલમાંથી પ્રિન્સિપલ બોલું છું."

ધરા - "હા, બોલો. "

"ક્ષિતિજ ની તબિયત સારી નથી અને એને એડમિટ કર્યો છે તમે શક્ય હોય તો અહીં આવી જાવ ."

ધરાને પેટમાં ધ્રાસ્કો પડે છે.

એ જોરથી - "કેમ અચાનક શું થયું. ?"

વ્યોમ અને ઘરના બધાં ઊભા થઇ જાય છે.

વ્યોમ -"શું થયું ધરા. ?"

"ક્ષિતિજ ને સવારના ઝાળા ઉલ્ટી હતાં અને નબળાઇ આવી ગઇ છે તો દાખલ કરેલ છે અત્યારે અમે એની સાથે જ છીએ પણ તમે પરિવાર આવી જાવ તો એને ટેકો રહે."

ધરા -"હા, અમે હમણા જ આવીએ છીએ."

ધરા ફોન મૂકે છે.

મીનાબેન -"શું થયું ધરા. .? બધું બરાબર તો છે ને ?"

ધરા પછી બધી વાત કરે છે.

વ્યોમ અને ધરા એ જ પગલે ત્યાંથી નીકળે છે.

મીનાબેન -"બંનેએ અન્નનો કોળિયો મોઢામાં નથી નાખ્યો અને એ ને એ પગલે નીકળી ગયાં."

મુકેશભાઇ -"પણ ભાવેય કેમ સંતાન ને મજા ન હોય ગળેથી જ ન ઉતરે. "

***

વ્યોમ અને ધરા ક્ષિતિજ પાસે પહોંચે છે.

ધરાની આંખમાં આંસુ આવી જાય છે,પોતાના દીકરાને અત્યાર સુધી ક્યારેય તાવ પણ આવ્યો નથી અને આજે અચાનક એને દાખલ કરવો પડ્યો.

એ ક્ષિતિજ ને માથે હાથ ફેરવે છે.

ક્ષિતિજ -"મમ્મી મને સારું છે કદાચ આ હવામાન ના લીધે થઇ ગયું હશે."

ડોકટર વ્યોમને દવા લાવવા કહે છે એ દવા લેવા જાય છે.

ધરા -"મારો તો જીવ અધ્ધર થઇ ગયો હતો ખબર છે અહીંયા કેટલા કટકે પહોંચી મારુ મન જાણે છે."

ક્ષિતિજ -"હા મારી મા હવે ચિંતા ન કર અને પાણી પી લે ."

ધરા પાણી પીવે છે -"તારાં પપ્પા હજી આજે જ ઘરે આવ્યાં છે, એણે કંઇ જમ્યું પણ નથી અને એ ને એ પગલે દોડ્યાં. "

ક્ષિતિજ -"તમે પણ નથી જમ્યું ને?"

ધરા -"મારુ તો ચાલે બધું. "

વ્યોમ દવા લઈને આવી જાય છે, ક્ષિતિજ ને દવા અપાય છે અને એને આરામ કરવાનું કહે છે.

વ્યોમ અને ધરા ડોકટરને મળે છે.

"ફૂડ પોઇઝનિંગ જેવું છે, ક્ષિતિજ જે હોસ્ટેલમાં રહે છે એનો હમણાં ને હમણાં આ ચોથો કેસ છે."

વ્યોમ -"હા, આ પ્રાઇવેટ હોસ્ટેલ વાળાનું એવું જ હોય, કમાવવા જ બેઠા હોય, પછી કોકના દીકરાની ભલેને તબિયત બગડી જાય ."

ધરા - "હવે એને ત્યાં હોસ્ટેલમાં નથી રહેવા દેવો. "

વ્યોમ -"એ કંઈક કરશું એને સાજો થવા દે પછી."

ધરા બહાર બેન્ચ પર બેસી રડવા લાગે છે.

વ્યોમ - "ધરા તું હિંમત રાખ, બધું સારું થઇ જશે."

ધરા - "કઈ રીતે હિંમત રાખું હું વ્યોમ, અત્યારસુધી મારા દીકરાને કઈ નથી થયું, આજે એને દાખલ કરવો પડ્યો. "

વ્યોમ -"બહારનું ખાવા પીવાનું આવે એટલે ક્યારેક આવું થાય જ, પણ હવે એને સારું છે એટલે બસ."

ધરા અને વ્યોમ ત્યાં રાત રોકાય જાય છે. બીજા દિવસે સાંજે ક્ષિતિજ ને ડિસ્ચાર્જ આપવામાં આવે છે. બન્ને એને લઇને ઘરે આવે છે. ધરા ક્ષિતિજ નું ખૂબ ધ્યાન રાખે છે.

વ્યોમ એના નવા આયામ પર કામગીરી શરૂ કરી દે છે.

ધરા ક્ષિતિજ માટે જમવાનું લઈને આવે છે. એ એને પોતાના હાથથી ખવડાવે છે.

ક્ષિતિજ -"મમ્મી, મને સારું છે હવે, હું ખાઈ લઈશ હાથે."

ધરા - "ના, ના મને ખવડાવવા દે ."

મીનાબેન ત્યાં આવે છે અને પાસે બેસી જાય છે.

મીનાબેન -"કેમ છે મારા દીકરાને હવે ?. "

ક્ષિતિજ -"સારું . "

મીનાબેન -"હવે સારું થઇ જાય એટલે ભણવાનું ફરી શરૂ કરવું પડશે ને ? હવે એવું હોય તો હોસ્ટેલ બદલી નાખ."

ક્ષિતિજ ઢીલો પડી જાય છે.

મીનાબેન -"શું થયું બેટા. ?"

ધરા પણ જુએ છે.

ક્ષિતિજ - "દાદી મારે ત્યાં હવે ભણવા નથી જવું, મને ત્યાં જરાય ફાવતું નથી."

ધરા અને મીનાબેન બન્નેને ક્ષિતિજની વાતથી આંચકો લાગે છે.

સાંજે વ્યોમ આવે છે ત્યારે એને બંને આ વાત કરે છે.

વ્યોમ ઘણું વિચારીને.

"હવે આ સમસ્યાનું એક જ સમાધાન છે."

ધરા -"શું ?"

વ્યોમ -**"તારે ક્ષિતિજ સાથે રહેવા જવા જવું પડશે."**

ધરા સામે નવી જ અગ્નિપરિક્ષા આવી જાય છે. સમય પ્રમાણે વ્યોમની આ વાત પણ યોગ્ય જ હતી.હાલ ક્ષિતિજને આમ એકલો મુકવો એ યોગ્ય ન હતું. આમ પણ માતા પિતા પોતાના સંતાન માટે બધું છોડવા તૈયાર હોય છે એ તો ફક્ત એની સાથે ઘર છોડી રહેવા જવાનું હતું.

ધરા રાતે કામકાજ પૂર્ણ કરી અગાસી પર બેસે છે.

પોતાના નસીબ પર હસે છે.

"વાહ રે, કેવી રીતે બાજી પલટી દેવી એ અગાઉ જ વિચારેલું લાગે વિધાતાએ. મારા જીવનમાં બસ રાહ જોવાની જ લખેલી છે !! વ્યોમ ની અભિસારિકા બનીને. ભલે એક પ્રકરણ વધુ લખી નાંખો. !!! "

<u>તરસતું રણ ક્યારેય તૃપ્ત થતું નથી.</u>

<u>રણમાં ક્યારેય ગુલાબ ખીલતું નથી.</u>

<u>એક જ વ્યક્તિ દ્વારા વારંવાર દર્દ મળે છે છતાં હૃદય એનાં જ પ્રેમમાં વારંવાર ઝૂકે છે. સ્નેહની વાદલડી બસ ગર્જી જાય છે વરસતી નથી.</u>

મીનાબેન ધરાનો સામાન પેક કરે છે અને બીજી બાજુ વ્યોમ જે સામાન લઈ આવે છે એને ખોલી અને ગોઠવે છે.

એની આંખમાં પણ આંસુ આવી જાય છે. ધરાના વ્યોમ પ્રત્યેના પ્રેમને અને એની અધીરાઈને એમણે ખૂબ નજીકથી જોઈ હતી.

ધરા અને ક્ષિતિજ તૈયાર થાય છે વ્યોમ ત્યાં આવી જાય છે.

વ્યોમ - "ચાલો તૈયાર થઈ ગયાં ? બધું પેક થઈ ગયું ધરા ?"

ધરા-"હા, જરૂરી વસ્તુઓ બધી પેક થઈ ગઈ."

(મનમાં) "લાગણી, પ્રેમ અને સ્મૃતિઓ બધું અહીં જ છે."

ધરા મીનાબેન અને સંધ્યાને ગળે મળે છે.

મીનાબેન -"ધરા, તારે ફરી એક નવી જગ્યાએ જવાનું છે, માંડ ક્યાંક બે છેડા ભેગાં થયા હતા ફરી આજે અલગ થઈ જશું. "

ધરાની આંખોમાંથી આંસુઓ વહી જાય છે.

સંધ્યા - "મમ્મી, મને તમારા વિના નહિ ગમે ."

ધરા સંધ્યાને પકડીને -"મને પણ મારી પરિ વિના નહિ ગમેં તને ક્યારેય એકલી મૂકી જ નથી. તને મારા વિના રહેવાની ટેવ નથી અને મને તારા વિના. "

વ્યોમ -"ચાલો ધરા મોડુ થાય છે."

ધરા ભારે હૈયા સાથે ઘર છોડે છે.

મીનાબેન વિચારે છે - "ધરાની શાળા ત્યાંથી ૩૫ કિમિ દૂર થશે હવે એને અપડાઉન કરવાનું થશે.માંડ માંડ બંનેને સાથે રહેવા મળ્યું હતું ત્યાં ફરી બન્ને વિખુટા પડી ગયાં. પ્રભુ આટલી કઠોર પરિક્ષા તો ન લ્યો. "

વ્યોમ જે મકાન ભાડે રાખ્યું હોય ત્યાં બધું ગોઠવી આપે છે. એ થાકી જાય છે. ધરા એને બેસાડે છે અને

- "બેસો હવે અને વધુ ચિંતા ન કરો."

વ્યોમ -"કેમ ચિંતા ન કરું, આ છોકરો સારી રીતે ભણશે ગણશે નહિ અને કઇ બનશે નહિ તો શું થશે? બધાં કહેશે કે દિવા નીચે

જ અંધારું. પિતા પોતે મોટાં પ્રિન્સિપાલ, હજારો વિદ્યાર્થીઓને ભણાવે અને પોતાના સંતાનને જ ન ભણાવી શક્યા. !!"

ધરા -"તમે બહુ નકારાત્મક વિચારો છો, બધું સારું થઈ જશે, આપણા હાથમાં હોઇ એ બધું આપણે કરવું જોઈએ, બાકી બધું ઉપરવાળા પર છોડી દેવું જોઇએ."

ધરા વ્યોમના હાથ પર પોતાનો હાથ રાખી દે છે અને એને હિંમત આપે છે.

વ્યોમ -"મને સમજવા માટે થેંક યુ. "

ધરા -"હું તો તમને હંમેશા સમજતી જ આવી છું. "

વ્યોમ -"ચાલો હવે હું નીકળું. "

ધરા -"રોકાઈ જાવ ને, કાલે જતાં રહેજો. "

વ્યોમ -"ના ના આજે રોકાવાશે નહિ. "

ધરા - "વ્યોમ, રોકાઈ જાવ ને . "

વ્યોમ - "મારે ઘણું કામ બાકી છે અને કાલે સવારે વહેલું નીકળવું પડશે એટલે. "

ધરા બહુ આગ્રહ કરી શકતી નથી.

વ્યોમ ક્ષિતિજ ને સારી રીતે ભણવાની અને ધ્યાન રાખવાની સલાહ આપે છે અને ત્યાંથી નીકળે છે.

આમ જ સમય પસાર થઈ જાય છે. ધીમે ધીમે ક્ષિતિજને ફાવવા લાગે છે, જો કે ધરાને ફરી અપડાઉન કરવું પડે છે અને નવી જગ્યાએ ઘણી મુશ્કેલીઓ વેઠવી પડે છે. છતાં એ પોતાના વહાલસોયા પુત્ર માટે તમામ વસ્તુઓ સહન કરી લે છે.

વ્યોમને જોતજોતાંમાં જે હેતુથી વતનમાં મોકલવામાં આવ્યો હોય એ પુર્ણ થાય છે, આ બાજુ ધરા પણ હવે ઘરે પરત આવવા માટે તૈયાર થાય છે.

બન્ને એકબીજાને ફોન કરી વાત કરે છે.

વ્યોમ - "મારે જે પ્રોજકટ હતો એ પૂર્ણ થયો હવે ફરી મારી મૂળ જગ્યાએ જવાનું છે."

ધરા -"હા, પણ તમે ફરી કહો ને વતનમાં જ ક્યાંક તમને પોસ્ટિંગ આપી દે."

વ્યોમ -"મને નથી લાગતું મને વતનમાં જ હવે મૂકે કેમ કે વચ્ચે અમારા અધિકારી મને ગાંધીનગર સચિવાલયમાં મુકવા માટે કહેતા હતાં."

ધરા -"ઓહ. તો તો બહુ મોટી જવાબદારીઓ આવી જાય."

વ્યોમ -"હા, સરકારી નોકરીમાં એવું જ છે, જે કામ કરે છે એને હંમેશા વધુ કામ મળે છે."

ધરા -"એમ પણ કહી શકાય કે જેનામાં કામ કરવાની તાકાત હોય એને કુદરત અને અધિકારીઓ વધુ કામ આપે છે. આચાર્ય તો ઘણાં હશે પણ તમારું નામ આવશે બધી જગ્યાએ. "

વ્યોમ -"હમમ. તારે શું ચાલે છે ?"

ધરા -"બસ, ક્ષિતિજ ને ફાવી ગયું છે હવે અને મને પણ. થોડા દિવસ ઘરે આવીશ હવે હું અને ફરી એવું લાગશે તો અહીં આવી જઈશ."

ધરાને થોડા થોડા ચક્કર આવતાં હોય છે. પણ એ વાતો કર્યે જાય છે.ફોન મુક્યાં બાદ એ પાણી પીવે છે અને સામાન તૈયાર કરે છે.

વ્યોમ પણ આ બાજુ ઘરે પોતાનો સામાન તૈયાર રાખે છે.

ધરા બસ સ્ટેન્ડ પર આવી જાય છે. વ્યોમ એને લેવાં માટે આવ્યો હોય છે.બન્ને ઘરે સાથે જાય છે.ધરા પોતાના રૂમમાં સામાન રાખે છે, બન્ને એક દિવસ સાથે રહે છે. બીજે દિવસે વ્યોમ ફરી પોતાની સ્કૂલ તરફ જવા રવાના થાય છે.

ધરા ફરી વ્યોમવિહોણી બની જાય છે.

***

ફરી વર્ષોના વહાણ વીતે છે. વ્યોમને ગાંધીનગરમાં સચિવાલયમાં વિશેષ કામગીરી માટે ડ્યુટી આપવામાં આવે છે જે વ્યોમ ખૂબ સારી રીતે કરે છે. ક્ષિતિજ ધોરણ ૧૨ ની પરિક્ષા ખૂબ સારા ગુણ સાથે પાસ કરે છે અને સરકારી આયુર્વેદિક કોલેજમાં એડમિશન મેળવે છે. સંધ્યા પણ ધોરણ ૧૦ ઉત્તીર્ણ કરી લે છે પણ એ આગળ કોમર્સ લાઇન પસંદ કરે છે અને ઘરની નજીકની જ કોલેજમાં એડમિશન મેળવી લે છે.

નદીનો પ્રવાહ જેમ આગળ આગળ ચાલ્યાં રાખે છે એમ જ વ્યોમ અને ધરા પણ અલગ અલગ છતાં સાથે સાથે ચાલ્યાં કરે છે.

***

વ્યોમ આમ જ પુરા પરિવાર સાથે વેકેશનમાં બહાર જવાનું નક્કી કરે છે.બધાં મુંબઈ જવા માટે પ્લાન કરે છે. બાળકો ખૂબ જ ખુશ

હોય છે કારણ કે ઘણાં સમય પછી બધાં એકસાથે બહાર ફરવાનું નક્કી કરે છે. વધુમાં વ્યોમ મીનાબેન અને મુકેશભાઈ તથા કાવેરીબેનને પણ સાથે લઈ જવા ધરા ને કહે છે. આ મુસાફરીમાં વળી કિશન મીરાં, રિયા રાહુલ, જય જાનકી પણ જોડાય છે.બધાં ટ્રેનમાં સાથે જવાનું નક્કી કરે છે. બધી તૈયારીઓ થઈ જાય છે.

ધરા ખૂબ ખુશ હોય છે એ અને મીનાબેન બધાં માટે થેપલા બનાવે છે, મોહનથાળ બનાવે છે અને બીજો સૂકો નાસ્તો બનાવે છે. ટ્રેનમાં બધાં સાથે નીકળે છે અને ટ્રેન મુંબઈ તરફ રવાના થાય છે. ટ્રેનમાં બધાં સપરિવાર હસતાં રમતાં ખાતા પીતાં જાય છે. **જીવનની સાચી મજા પરિવાર સાથે જ હોય છે પછી ભલે તમે બસમાં હોવ, ટ્રેનમાં હોવ, પ્લેનમાં હોવ કે ચાલીને જતાં હોવ. મહેલમાં હોવ કે જુના પ્લાસ્ટર પડતું હોય એવા મકાનમાં હોવ. !!! સાચી મજા જ્યાં પરિવાર છે ત્યાં જ છે.**

ટ્રેનમાં બધાં દંપતિ એકબીજા સાથે મજાક મસ્તી કરતાં હોય છે ફકત વ્યોમ અને ધરા એકબીજાની મજાક કરતાં નથી. કારણ પણ છે કેમ કે અત્યાર સુધી ક્યારેય એ સમય એમનો આવ્યો જ નથી.

ધરા મનમાં મનમાં ઈચ્છે છે કે વ્યોમ પણ બીજાં લોકોની જેમ કરે પણ વ્યોમને કદાચ આ વાતનો દૂર દૂર સુધી અનુભવ જ ન હતો. ધરાનો ખાલીપો વ્યોમ અનુભવી જ ન હતો સકતો અને એ વાત ધરાને વધુ ખૂંચતી હતી.

ટ્રેન મુંબઈ પહોંચી જાય છે એક સારી હોટલમાં બધાં રોકાય છે.

મુંબઈ બધાં એક હોટલમાં રોકાય છે. બધાં સાથે જમે છે અને રાતે ત્યાં ગાર્ડનમાં બધાં જોડે બેસે છે. વિવિધ ગેમ રમવાનું વિચારે છે.

બધાં દંપતિ પાસે પાસે બેસે છે વ્યોમ અને ધરા પણ બાજુમાં બેસે છે. થોડીવાર અંતાક્ષરી રમવાનું નક્કી થાય છે. બે ટિમ બને છે. ટિમ 1 માં કિશન મીરાં, મીનાબેન મુકેશભાઇ અને જય રહે છે અને ટિમ 2 માં વ્યોમ ધરા, રિયા રાહુલ, કાવેરીબેન અને જાનકી રહે છે.

ગીતોની રમઝટ શરૂ થાય છે. બીજાં બધાં માટે આ નવું ન હતું પણ ધરાના જીવનની આ પેલી સફર હતી જેમાં તે વ્યોમ સાથે ગઈ હોય અને આ રીતે આનંદની પળો મળી હોય.

મુકેશભાઈ ગીત ગાય છે.

“ચાંદ સી મહેબૂબા હોગી મેરી કબ ઐસા મેને સોચા થા હા તુમ બિલકુલ .."

મીનાબેન શરમાય જાય છે અને બધાં મુકેશભાઈ ને વાહ વાહ શુ વાત છે.

કિશન - "પપ્પા તમને તો સારાં ગીત આવડે છે."

મુકેશભાઇ -"અમારાં જમાનામાં આ વ્હોટ્સએપ કે ફેસબુક કે ઓલું શુ હા ઇન્સ્ટા ન હતું, રૂબરૂ કે પત્ર થી જ સાહસ કરવું પડતું અને લગ્ન પછી પણ તમે જેમ એકલાં રહો છો એવું ન હતું, એકાંતની પળો મળવી અઘરી હતી, પરિવાર જ એટલો મોટો હોય કે સમય જ ન મળે. !! "

કિશન - “સાચી વાત છે."

ધરા મનમાં વિચારે છે - “હું અને વ્યોમ ક્યાં જમાનાના છીએ ન તો પપ્પાના સમય જેવું અમારે છે કે ન તો આજના યુગ મુજબ કંઈ. !!! કોઈ એવો ભૂતકાળ જ નથી જેને યાદ કરી શકાય, રાજસ્થાન

ગયાં હતાં ત્યારે ત્યાં ફક્ત રાતે થોડીવાર બેસતાં એમાં પણ રોજિંદી જ વાતો હતી, પ્રેમના પળો મારાં જીવનની ડાયરીના થોડાક જ પન્નાઓમાં લખાયા છે. "

થોડીવાર ગીતો ચાલે છે. વ્યોમને એક વાર ઉપલી અધિકારીનો ફોન આવે છે એ રિસીવ કરતો નથી.

જય - "તુમ પાસ આયે યું મુસ્કુરાએ તુમ ને ન જાને ક્યાં સપને દિખાએ. અબ તો મેરા દિલ જાગે ન સોતા હૈ ક્યાં કરું હાએ કુછ કુછ હોતા હે. "

જાનકી - "હમ તેરે બિન અબ રહ નહિ સકતે તેરે બીના ક્યાં વજૂદ મેરા. ક્યુકિ તુમ હી હો અબ તુમ હી હો ઝિંદગી અબ તુમ હો હો. મેરી આશીકી અબ તુમ હી હો "

કિશન - "આ હ જ કેમ આવે છે બધાં ને. "

"હર કિસી કો નહીં મિલતા યહાઁ પ્યાર ઝિંદગી મેં ખુશ નસીબ હૈ જિનકો હૈ મિલી એ બહાર ઝિંદગી મેં. ."

ધરાને આ ગીત સ્પર્શી જાય છે અને એના નયનો ભીનાં થઈ જાય છે પણ જેમ તેમ કરી એ સાચવે છે.

કિશન મીરાંનો હાથ પકડી લે છે અને બધાં બુમો પાડવા લાગે છે. ધરા અને વ્યોમ પણ એકબીજા સામે જોવે છે પણ વ્યોમ ન તો ધરાનો હાથ પકડવાનું સાહસ કરે છે કે ન એની વધુ નજીક બેસે છે. આમ જ થોડી વાર ગીતો ચાલે છે. લ આવે છે જેના પરથી ધરાની ટીમે ગીત ગાવાનું હોય છે.

"ભાભી લ પર થી કઈક ગાવ ને. "

ત્યાં ગાર્ડનમાં સિરીઝની ઝબુકતી રોશની હોય છે. હોટલની વિવિધ લાઈટો સાથે આકાશમાં ચંદ્ર અને તારાઓ સાથે સાથે વાદળો આવન જાવન કરતાં હતાં. ગાર્ડનમાં અમુક લોકો ચાલતાં

હતાં. બીજા સહપરિવાર ત્યાં બેઠા હતા અને મજાક મસ્તી કરતાં હતા. ઠંડો ઠંડો પવન આવતો હોય છે.

ધરા - "લગ જા ગલે કે ફિર હસીન રાત હો ન હો. . "

રાહુલ -"વાહ શુ મસ્ત ગીત છે."

રિયા -"હાર્ટ ટચિંગ "

વ્યોમને ફરી અધિકારીનો ફોન આવે છે. એ

"એક મિનિટ હો હું આવું ફોન છે જરૂરી ."એમ ઈશારો કરી જતો રહે છે.

ધરા - **"લગ જા ગલે કે ફિર હસીન રાત હો ન હો. શાયદ ફિર ઇસ જન્મ મેં મુલાકાત હો ન હો. . (ધરાની આંખમાં આંસુ આવી જાય છે)**

હમકો મિલી હૈં આજ યે ઘડ઼િયાઁ નસીબ સે હમકો મિલી હૈં આજ

યે ઘડ઼િયાઁ નસીબ સે

જી ભર કે દેખ લીજિયે હમકો ક઼રીબ સે

ફિર આપ કે નસીબ મૈં યે બાત હો ના હો...

શાયદ ફિર ઇસ જનમ મૈંમુલાક઼ાત હો ના હોલગ જા ગલી... આએ... આએ...પાસ આઇયે કે હમ નહીં

આયેંગે બાર બારપાસ આઇયે કે હમ નહીંઆયેંગે બાર બાર

બાહેં ગલે મૈં ડાલ કે હમ રો લેં જ઼ાર જ઼ાર

આઁખોં સે ફિર યહ પ્યાર કી બરસાત હો ના હો

શાયદ ફ़િર ઇસ જનમ મૈંમુલાક़ાત હો ના હોલગ જા ગલી કે ફ़િર યે હસીન રાત હો ના હોશાયદ ફ़િર ઇસ જનમ મૈં મુલાક़ાત હો . ."

ધરા હવે બધાં ની સામે જ રડવા લાગે છે એ પોતાની જાતને રોકી સકતી નથી. બધાં ને નવાઇ લાગે છે કે અચાનક શું થયું.

મીરાં - "શું થયું ભાભી. ?"

જય -"બેન શું થયું ?"

કિશન અને રિયા સમજી જાય છે.

કિશન - "ભાભી, તમે રડો નહિ. તમે અમારુ માં ની જેમ ધ્યાન રાખ્યું છે તમે રડો અમને ગમેં નહિ. "

રિયા - "અલ્યો થોડું પાણી પી લ્યો. "

ધરા - "બસ ખાલી પરિવાર સાથે આવ્યાં ને એટલે "

મીનાબેન અને કાવેરીબેન પણ સમજી જાય છે કે ધરા ક્યાં દર્દના લીધે રડે છે એ અંદાજો આવી જાય છે.

થોડીવાર પછી વ્યોમ ત્યાં આવે છે.

વ્યોમ -"અરે, કેમ શું થયું અંતાક્ષરી કેમ રોકાય ગઈ. "

મીનાબેન -"લ્યો આ સીતાનું હરણ થઈ ગયું પણ હરણની સીતા થઈ કે નહીં. !! "

બધાં હસવા લાગે છે.ધરા પણ હસવા લાગે છે.

ચાલો હવે કપલ ડાન્સ કરવાનો છે.

ધરા અને વ્યોમ બન્ને એકબીજાની નજીક આવે છે.

જબ કોઇ બાત બીગડ જાએ. .

ધરા વ્યોમને કસીને પકડી રાખે છે.

વ્યોમ -"હું ક્યાંય ભાગી નહિ જાવ આટલુ કસીને ના પકડ."

ધરા - "ભાગી જ જાવ છો હમણાં ફોનમાં વાત કરવા જતાં રહ્યાં હતાં. મેં તમારા માટે ગીત આખું ગાઈ લીધું પછી આવ્યાં. "

વ્યોમ -"ગળે તો હું લાગું જ છું ને અને બાકી આખી ઝિંદગી પડી જ છે હજુ, હવે થોડાક વર્ષમાં રીટાયર થઈશ તો પછી આપણે બે ને સાથે જ રહેવાનું આવશે."

ધરા ને મનમાં એક અલગ જ પ્રકારની ડર લાગે છે. ખબર નહિ કંઈક થવાનું છે એવો પૂર્વાભાસ થાય છે.પણ એ વધુ વિચારતી નથી. બધાં પછીના દિવસે જુદાં જુદાં સ્થળોનો મુલાકાત લે છે ઘણાં બધાં ફોટાઓ પણ પાડે છે.પરત ફરતા ફરતા.

વ્યોમ -"એટલાં બધાં ફોટા છે કે આપણી ૨૫ મી મેરેજ એનિવર્સરી માં આપણે સ્ટેટ્સ માં રાખશું. "

ધરા - "હા. હવે આપણે બેય એ ફરવા જવું છે, ખાલી આપણે બે જ હો. કુલુ મનાલી જશું . બરફ થી રમશું, રાતે ઠંડીમાં બાજુ બાજુમાં બેસી ચા પીશું અને અઢળક વાતો કરશું. "

વ્યોમ હસવા લાગે છે. એને ધરાની વાત બાલિશ લાગે છે.

વ્યોમ - "હવે તારે થોડા વર્ષોમાં સાસુ બનવાનું છે. હવે આમ ફ્લર્ટ તને સારો ન લાગે. !!! "

ધરા -"મારી તો ઝિંદગી જ આમ ને આમ પુરી થઈ જશે અને મને કંઈ મળશે નહીં. !!! વ્યોમ તમે હસવામાં ન લો બધું પ્લીઝ"

વ્યોમ -"ઓકે સારું પાકું આપણે જશું. "

ધરા પુન: ઘર અને નોકરી બન્નેમાં ઓતપ્રોત થઈ જાય છે. ધરાની શાળામાં દિવ્યા બેન નામના શિક્ષક વયનિવૃત થતા હોય એમનો વિદાય સમારંભ રાખવામાં આવ્યો હતો.

"સતત ૨૮ વર્ષની નોકરી બાદ આજે આપણી શાળાના દિવ્યબેન વય મર્યાદાને કારણે આપણી વચ્ચેથી નિવૃત થાય છે, તો આ પ્રસંગે આપણે એમને શુભેચ્છા આપીએ વધુમાં એવી પ્રાર્થના કરીએ આવનારું એમનું જીવન શાંતિમય વીતે, પરિવાર સાથે વધુને વધુ સમય વીતાવે અને નિરોગી રહે. ."

શાળાના અન્ય શિક્ષકે એમનાં સન્માનમાં કહ્યું.

ધરા સ્વપ્ન જુએ છે .

"આપણી વચ્ચે થી વ્યોમ સાહેબ ઉત્કૃષ્ટ સેવા આપી હવે વય નિવૃત થઈ રહ્યાં છે ત્યારે આપણે એમને શુભેચ્છા આપીએ છીએ તેમજ તેમનું આવનારું જીવન નિરોગી રહે, પરિવાર સાથે વધુ ને વધુ સમય વીતાવે એવી જ ભગવાનને પ્રાર્થના. "

વ્યોમની બાજુમાં બેસેલ ધરા ખૂબ ખુશ હોય છે હવે વ્યોમ તમામ કામો અને જવાબદારી માંથી મુક્ત થઈ ગયાં.

એ વ્યોમનો હાથ પકડી લે છે અને એની આંખોમાં આંખો નાંખી કહે છે.

"વ્યોમ માન્યું અત્યાર સુધી તમે બધી જવાબદારી નિભાવવામાં અમને સમય ન હતાં આપી શકતા પણ હવે તમારો દરેક દિવસ મારો રહેશે. આપણે બન્ને હવે એક પણ દિવસ અલગ રહેવાનું નથી. ન તમારા કે મારાં પરિવાર માટે કે ન આપણા બાળકો માટે, હવે જે આવશે એનો સામનો બન્ને સાથે જ કરશું. મેં આખી ઝિંદગી આ દિવસની રાહ જોઈ છે કે ક્યારે તમારા પર મારો સંપૂર્ણ અધિકાર થાય."

તારા સ્વર અને મારા સ્વર મળે અને સ્નેહનો નવો રાગ બની જાય. .

મારી લાગણીઓની ગંગા અને તારાં સ્વપ્નોની યમુના ક્યાંક મળે અને બન્નેના હૃદય જ પ્રયાગ બની જાય. .

***

"ધરા બેન . ."

"ઓ ધરા બેન. "

બાજુમાં બેસેલ આચાર્યશ્રી ધરાને સ્વપ્નમાંથી ફરી વાસ્તવિકતામાં લઈ આવે છે.

દિવ્યબેનનો વિદાય સમારંભ પુર્ણ થાય છે.

****

ઘરે કામ કરતાં કરતાં ધરાને અચાનક ચક્કર આવવા લાગે છે.એ હાંફી જાય છે અને બેસી જાય છે.

મીનાબેન - "ધરા શું થયું તબિયત ઠીક નથી કે. "

ધરા -"હા મમ્મી હમણાં હમણાં માસિક બહુ વધારે આવે છે અને નબળાઈ બહુ લાગે છે."

મીનાબેન - "હવે કદાચ તને માસિક જવાના હશે. "

ધરા - "એટલે મેનોપોઝ ની શરૂઆત હશે. ."

ધરા રૂમમાં આરામ કરે છે. એને વ્યોમની તીવ્ર યાદ આવે છે . એ વિચારે છે કે આ સમયે વ્યોમ હોય તો બધું એની સાથે શેર કરી શકત.

એ વ્યોમને ફોન કરે છે પણ એ ફોન ઉઠાવતો નથી.

પછી એ ચાંદની ને ફોન કરી એની સાથે થોડી વાર વાત કરે છે.

ધરા - "ચાંદની, હમણાં તબિયત નથી બરાબર રહેતી."

ચાંદની - "એવું હોય તો યાર સારાં ડો. ને બતાવી આવ આમ જાતે માથું ન મરાય. "

ધરા -"હા હવે એમ જ કરીશ. વ્યોમને વાત કરીને એ આવશે એટલે એની સાથે જ જઈ આવીશ."

ચાંદની - **"ધરા વ્યોમના પ્રેમની ઊણપ દૂર થઈ કે નહીં. ?"**

ધરા -"એ ઊણપ તો હવે અમે નિવૃત થઈએ ત્યારે જ દૂર થશે. વ્યોમ વહેલાં નિવૃત થશે અને હું મોડી પણ હું તો વહેલું રાજીનામુ મૂકી દઈશ એમની સાથે રહેવા. "

ચાંદની -"હા, પછી આખી ઝિંદગી કઈ કમાવું કમાવું ન હોય. બે માણસ જેવું પણ કંઈક હોય ."

ધરા -"પણ આપણે જે સમાજમાં છીએ એમા મોટા ભાગના દંપતિ આમ જ પોતાની ઝિંદગી પસાર કરી દેતાં હોય છે."

ચાંદની -"ધરા તું એક કામ કર કાગળ અને પેન લે અને તારાં મનમાં અને દિલમાં જે કંઈ પણ તે દબાવી રાખ્યું હોય એ લખી નાખ તને સારું લાગશે. "

ધરા - "હા, સારું એમ જ કરીશ. "

પછી એ દિવ્યાબેનના વિદાય સમારંભ માં આવેલ સ્વપન વિશે પણ વાત કરે છે.

***

સાંજે વ્યોમનો ફોન આવે છે. ધરા કાગળ અને પેનથી શ્વેત અને શ્યામ રંગના મિશ્રણવાળી ડાયરીમાં કંઈક લખી રહી હોય છે એ મૂકીને એ ફોન ઉપાડે છે.

વ્યોમ -"સોરી, આજે ફોન આવ્યો હતો પણ હું એક મિટિંગમાં હતો ફોન સાયલન્ટ જ રાખ્યો હતો. "

ધરા -"કઈ વાંધો નહિ. જમી લીધું. ?"

વ્યોમ -"હા, શુ ચાલે ઘરમાં. ?"

ધરા પોતાની તબિયત વિશે વાત કરે છે.

વ્યોમ - "તો એવું હોય તો મમ્મી ને લઈને બતાવી આવ."

ધરા - "વ્યોમ તમે મારી સાથે આવો તો વધારે સારું રહે. મમ્મી ની પણ હવે ઉંમર થઈ એ કેટલી દોડાદોડી કરે "

વ્યોમ -"હા ચાલ હું કોશિશ કરું. "

ધરા રાતે પોતાના રૂમમાં એકલી સુઇ જાય છે. બધું હોવા છતાં ભોગવવા પડતા એકાંતને લીધે એની આંખો ભરાઇ આવે છે. **ઓશીકું ભીંજાઇ જાય છે અને નયનો સુકાઈ જાય છે.**

ધરા ડાયરીમાં લખે છે. .

"કહેવાય છે કે પ્રેમ આ દુનિયાની સૌથી અતુલ્ય ભેટ છે. જેને પ્રેમ મળે છે એ ખરેખર ભાગ્યશાળી હોય છે. અને જેને નથી મળતો એને શું કહેવાય એ ખબર નથી. .પણ પ્રેમ કરવો અને પ્રેમ પામવો બન્ને અલગ વસ્તુ છે. દરેક વ્યક્તિ પ્રેમ તો કરે જ છે. મેં પણ પ્રેમ કર્યો મારા પતિ વ્યોમને. અને હજી કરું છું અને છેલ્લા શ્વાસ સુધી કરતી રહીશ.

હું કોઈ સેલિબ્રિટી નથી સામાન્ય સ્ત્રી જ છું જેનું જીવન પરિવાર અને જવાબદારીઓની આજુબાજુ પસાર થઈ જાય છે. અહીંયા પ્રેમની ક્ષણો મળવી એટલી જ મુશ્કેલ છે જેટલું રણમાં જળ મળવું. વ્યોમનો પ્રેમ પણ મારાં માટે મૃગજળ સમાન જ છે . સગાઈથી લઈ અને હવે બાળકો યુવાન થઈ ગયાં ત્યાં સુધી ની સફર છે પણ હું હજી મનમહેલનાં પ્રાંગણમાં રંગોળી કરી દીવાઓ કરી સોળ શૃંગાર કરી તૈયાર થયેલ અને પોતાનાં પ્રિયતમની રાહ જોઈ રહેલ અભિસારિકા જ બની રહી છું. .

મને ઘણી વખત પ્રશ્ન થાય કે બધું પરફેક્ટ હોવા છતાં આ સંબંધમાં આટલી ઊણપ કેમ રહી ગઈ છે ? **સાચું જ કહ્યું છે કોઈએ કે ધરા અને વ્યોમ કદી મળતા નથી ફક્ત કોઈ ક્ષિતિજ પર ભેગાં થયાનો આભાસ થયાં કરે છે. અથવા કોઈ સંધ્યાના રંગોમાં મિલાપ થતો હોય એવો અહેસાસ થાય છે. .**

કોઈ ખલનાયક હોય તો તમામને દેખાય કે આ વ્યક્તિના લીધે આ બન્ને વચ્ચે અંતર વધ્યું છે પણ અમારે તો કોઈ ખલનાયક વિના જ એક વખત નહિ દર વખતે અંતર વધ્યું. ધીમે ધીમે મને એ બધાંની આદત પડી ગઈ અને હવે તો ધરા પર વ્યોમની સ્નેહ વાદળીની વર્ષાની રાહ પણ જોવી વ્યર્થ લાગે છે.

હું હંમેશા વ્યોમના પ્રેમને ઝંખતી રહી, જુદી જુદી પરિસ્થિતિમાં મારુ હૃદય એક વાર નહિ અનેક વાર તૂટ્યું આમ છતાં ત્યાર પછી પણ ફકત અને ફક્ત વ્યોમના સરનામે જ ધબકતું રહ્યું અને હજી પણ ધબકયાં રાખે છે. !!!! એક સ્ત્રીનું જીવન શું આવું જ હોય છે ?

વ્યોમ તમે પ્લાનિંગમાં માસ્ટર છો તમે હંમેશા ઘર, ગાડી, બાળકોનાં ભવિષ્ય માટે ખૂબ સારું પ્લાન કરો છો, તમારાં પદ, પ્રતિષ્ઠા અને પૈસાને લગતી બાબતોમાં તમે હંમેશા અગ્રેસર રહ્યાં પણ તમે ક્યારેય પ્રેમની પાંચ પળો માટે કોઇ પ્લાનિંગ ન કર્યું. . તમે મારી અને પરિવારની તમામ ભૌતિક વસ્તુઓનું સારી રીતે ધ્યાન રાખ્યું પણ ખાલી આલિશન મકાન અને વસ્તુઓથી શરીરને સગવડતા મળે છે પણ હૃદયને. . . ???

હૃદયને શું રૂપિયા જોઈએ છે ? હૃદયને શું સગવડો જોઈએ છે ? ના. એક હૃદયને ફક્ત બીજાં હૃદયનો સાથ જોઈએ છે. લાંબા સફરમાં હાથમાં હાથ પકડી ચાલી શકે એવો એક હાથ જોઈએ છે. એ પછી ચાલીને જઈએ કે ગાડીમાં કે ટ્રેનમાં કે પ્લેનમાં એનાથી કોઈ ફેર પડતો નથી. . પણ અફસોસ કે તમે આ સમજી નથી શકતાં અને હું તમને સમજાવી નથી શકતી .

તમને ખબર છે હું મારી નાની સરખી વસ્તુ પણ કોઈ સાથે વહેંચતી ન હતી લગ્ન પહેલાં અને લગ્ન પછી મેં મારું સમગ્ર અસ્તિત્વ તમને વહેંચી દીધું. !!! એની બદલે વળતર પેટે ખાલી થોડાં સ્નેહના ક્ષણો ઝંખતી રહી પણ કમનસીબે એ પણ મને ન મળ્યા. !!! "

એ આગળ થોડું લખે છે અને પછી શાળાનો સમય થતાં એ તૈયાર થઈ નીકળે છે.

મેનોપોઝની તકલીફો એને ઘેરી રહી હતી .વધુમાં હવે નોકરીની દોડાદોડી અને ઘરનું કામ બધે એનાથી પહોંચી વળાય એમ પણ

ન હતું. એ સતત શારીરિક અને માનસિક થાક અનુભવતી રહેતી હતી.

વ્યોમ વચ્ચે થોડા સમય માટે ઘરે આવે છે ત્યારે એ વ્યોમ સાથે ડોકટરને બતાવવા પણ જાય છે ત્યારે ડોકટર એને જરૂરી તપાસ કરી દવાઓ આપે છે અને ખોરાક અને આરામ પર પૂરતું ધ્યાન આપવા કહે છે.

***

સમય પસાર થાય છે અને એક દિવસ

ધરાને રિયાનો ફોન આવે છે. .

ધરા -"રિયા, કેમ છે શું ચાલે બધું. ?"

રિયા - "બસ ભાભી બધું સારું ચાલે છે. તમે કયો ભાભી લગ્નની ૨૫ મી એનિવર્સરીની પાર્ટી ક્યાં રાખવી છે.?"

ધરા ને યાદ જ ન હતું કે એમનાં લગ્નને ૨૫ વર્ષ થઈ જવા આવ્યાં છે.

ધરા - "પાર્ટીનું તો તમારા ભાઈને પૂછવું પડે એ વ્યસ્ત બહુ રહ્યાંને. "

રિયા - "ભાભી એ વ્યસ્ત અને મસ્ત એટલે રહ્યાં કેમ કે તમે એમને રહેવા દીધાં અહિયા રાહુલને જોવો હું મારામાં જ વ્યસ્ત અને મસ્ત રાખું. !!! "

ધરા (મનમાં) - "સાચી વાત છે સંબંધોમાં બહુ મોકળાશ પણ સારી નહિ એનો મોટાભાગે દુરુપયોગ થાય છે ."

ધરા હસે છે.

બન્ને થોડી બીજી વાતો કરે છે અને પછી ધરા ક્ષિતિજ અને સંધ્યાને ફોન કરે છે અને બન્ને સાથે થોડી વાર વાતો કરે છે.

ધરા ત્યારબાદ વ્યોમને પણ ફોન કરે છે.

ધરા - "તમને ખબર છે હમણાં આપણા લગ્નને પચ્ચીસ વર્ષ થઇ જશે."

વ્યોમ - "હા, સમયને જતાં વાર લાગે છે?"

ધરા - "બિલકુલ નહિ . હું શું કહું છું કે આપણે નાનું એવું સેલિબ્રેશન રાખવું છે. ?"

વ્યોમ થોડો કચવાય છે અને કહે છે. - "ના, ના એવા તાયફા શું કરવા ખોટાં. !!! "

ધરાનું હૃદય ફરી તૂટી જાય છે .

ધરા - "વ્યોમ આ તો બધાં કહેતાં હતાં કે તમે ઉજવો એટલે હું તમને કહું છું. "

વ્યોમ - "આપણે ઊજવશું ને. પણ ફક્ત આપણે બે. બીજું કોઈ નહિ. ખોટા આપણે બધાં ને બતાવીને શું કરવાનું. ?"

ધરા માની જાય છે. .

ધરા ત્યારબાદ વ્યોમને શું ગીફ્ટ આપવું એ વિચારવા લાગી જાય છે પણ એને કોઈ સારું મગજમાં નથી આવતું.

વ્યોમે મીનાબેન અને મુકેશભાઈ માટે હરિદ્વારની યાત્રા ની ટીકીટ બુક કરાવી હોય છે અને એ ટીકીટ કન્ફર્મ થઈ જતાં એ બન્ને હરિદ્વાર જવા માટે નીકળે છે.

મીનાબેન - "ધરા, આમ તમારી એનિવર્સરી આવે છે એટલે જવાનું તો મન નથી થતું પણ માંડ કરીને મેળ આવ્યો છે."

ધરા -"ના, ના મમ્મી તમે જઇ આવો. ગંગાજી ના પાવન દર્શન કરી આવો. "

મીનાબેન - (ધરાના માથા પર હાથ ફેરવે છે) "ખૂબ ખુશ રહે . "

ધરા ભાવુક થઈ જાય છે અને મીનાબેનને પકડીને રડવા લાગે છે.

મીનાબેન એને સાંત્વના આપે છે. .

ધરા બન્ને ને પગે લાગે છે.મુકેશભાઇ ધરાને ૫૦૧ રૂપિયા આશીર્વાદના આપે છે.

મુકેશભાઈ - "આ તમારી ભેટ અમારા તરફથી. હરિદ્વારથી શું લાવવું એ પણ કહેજો લેતાં આવશું. "

ધરા -"ના પપ્પા મારે કંઇ નથી જોતું, તમે સરસ ફરી આવો અને આમ ને આમ મારુ અને પરિવારનું ધ્યાન રાખતાં રહો બસ. "

બન્ને ત્યાંથી નીકળે છે.

ધરાને ત્યારબાદ એક ઘડિયાળ લેવાનો વિચાર આવે છે કે વ્યોમને એક ઘડિયાળ આપું જે એને યાદ અપાવે કે એનો સમય ફક્ત એનો જ નથી એના પર મારો પણ હક્ક છે એટલે એ વ્યોમ માટે ઘડિયાળ ખરીદે છે.વ્યોમ માટે તે દિવસે દાળ બાટી અને પુરણ પુરી બનાવવાની હતી તો એને લગત સામાન પણ એ બજારમાંથી ખરીદે છે.

બધું ખરીદીને એ ઘરે આવે છે. એનિવર્સરી પર પહેરવા માટે એ વ્યોમની મનગમતી સાડી કબાટમાંથી શોધી અલગ રાખે છે. ત્યાં એને કાવેરીબેનનો ફોન આવે છે.

ધરા -"શું મમ્મી મજામાં. ?"

કાવેરીબેન - "હા, હું મજામાં તું કે તારી તબિયત કેવી છે હવે મને તારી બહુ વ્યાધિ થાય છે હોં. "

ધરા - "સારી છે મમ્મી. ".

કાવેરીબેન -"તું દવા લેજે અને આરામ કરજે એવું હોય તો અહીંયા આવતી રહે થોડાક દિવસ આરામ કરવા. "

ધરા -"હા હમણાં અમારી એનિવર્સરી જતી રહે પછી ત્યાં આવીશ રોકાવવા બસ, મનેય મન થયું છે ઘરે આવવાનું. "

***

આખરે એ દિવસ આવી જાય છે જેની રાહ જોવાતી હતી.

લગ્નની પચ્ચીસમી વર્ષગાંઠ. સિલ્વર જુબેલી. . કોઈપણ પતિ પત્ની માટે એક અનેરો અવસર જ હોય છે. ધરા માટે પણ આજે એ પ્રસંગ હતો જેને એ યાદગાર બનાવવા માંગતી હતી. વ્યોમ માટે એણે એની મનગમતી બધી વાનગીઓ બનાવી રાખી

હતી.પુરણ પુરી અને દાળ બાટી જે વ્યોમને અતિશય પ્રિય છે એ ખાસ બીજી રસોઈ સાથે બનાવ્યું હતું.વ્યોમને ગમતી સાડી પણ પહેરી રાખી હતી.આખા ઘરમાં નીરવ શાંતિ હતી. ધરા સિવાય કોઈ ઘરમાં હતું નહીં.

વ્યોમ માટે એણે જે ઘડિયાળ લીધી હતી એને એ સ્પર્શીને જોયાં કરતી હતી. હવે બસ એ ઘડિયાળના કાંટે કાંટે એના આવવાની રાહ જોઈ રહી હતી.વધુમાં આજે એનું પૂનમનું વ્રત પણ હતું તો બપોરે પણ સિવાય ફળ કઈ એણે લીધું ન હતું. એ એ જ વિચારતી હતી કે વ્યોમ આવે એટલે બન્ને સાથે જમશું. અને થોડી ક્ષણો સાથે વિતાવશું.

"ટિક ટિક ટિક ટિક ". કોઈની રાહ જોતાં હોય ત્યારે ઘડિયાળ પણ ધીમે ચાલતી હોય છે. સાંજના સાત. આઠ અને નવ વાગે છે. આમ છતાં વ્યોમના કોઈ સમાચાર કે મેસેજ કે ફોન નથી આવતા. છતાં હમણાં આવશે એ આશા એ ધરા ઘડીક દરવાજા સામે તો ઘડીક મોબાઈલમાં તો ઘડીક આમતેમ જોયાં રાખે છે. .

કબાટમાં ડાન્સિંગ કપલ પાસે રાખેલ શ્વેત શ્યામ રંગની ડાયરી એ લે છે અને એમાં ફરી થોડું લખે છે. ધરા ને ચાંદની, રાહુલ રિયા, કિશન મીરાં, જય જાનકી, સંગીતાબેન અને બીજાં બધાના ત્યારબાદ ફોન આવે છે અને બધાં એને એનિવર્સરીની શુભેચ્છાઓ આપે છે.

પોતાનાં પ્રિયપાત્રની પ્રતિક્ષા કરવી એ પણ એક આનંદની વાત છે.એ મજા જ અલગ હોય છે.દરેક ક્ષણે એના આગમનના ભણકારા વાગે છે.એક સેકન્ડ એક કલાક જેવી અને એક કલાક એક દિવસ જેટલી મોટી લાગે છે. ફેસબુક, વ્હોટ્સએપ, ફેમીલી ગ્રૂપ બધામાં ધરાને અઢળક શુભેચ્છાઓ મળી હતી પણ જે વ્યોમ પાસેથી મળવાનું છે એ દુનિયાની કોઈ સાઇટ ન આપી શકે. બન્ને

એ પોતાના સ્ટેટ્સમાં એનિવર્સરીનો ફોટો રાખેલ હતો જ્યારે એ મુંબઈ ફરવા ગયાં હતાં ત્યારે ઘણાં ફોટા પાડેલ હતાં એમાંથી એમણે ફોટા સ્ટેટ્સમાં મુકેલ હતાં.છતાં હજુ બંને આજે એકબીજા સાથે ન હતા.

સાચું જ છે કે **તસ્વીરમાં હંમેશા લોકો સાથે રહે છે પણ તકદીરમાં સાથે રહે એ પણ જરુરી છે. !!!**

બરાબર સાડા નવ વાગ્યે વ્યોમનો ફોન આવે છે.

ધરા ખુશ થઇ જાય છે અને.

"હેલ્લો, તમે ક્યાં પહોંચ્યાં, હું રાહ જોઉં છું તમારી. "

સામેથી -"સાંભળ, હું નહિ આવી શકું અત્યારે હવે. ."

વ્યોમ - " હું નહિ આવી શકું અત્યારે હવે. કારણ કે અહીંયા કરફ્યુ લાગ્યો છે થોડા અસામાજિક તત્વોના લીધે . હવે એ કરફ્યુ જ્યારે હટે ત્યારે જ બહાર નીકળાય એમ છે . બહાર નીકળવું પણ અત્યારે સેફ નથી. "

પછી ધરા ફોન રાખી દે છે. આંખના ખૂણામાં આવેલા આંસુઓને એ વહેવા દે છે. ઘરનો એકાંત એને ખાવા દોડી રહ્યો હતો.એ અગાશી પર જાય છે અને પૂનમના ચાંદાને જુએ છે અને કહે છે.

આભાર.

"હું મારી કથાની ગઈકાલે પણ અભિસારિકા હતી અને આજે પણ અભિસારિકા જ છું. "

લગ્ન જીવનના પચ્ચીસ વર્ષ પછી પણ ધરા આજે વ્યોમ માટે તરસતી હતી. એક પછી એક સ્મૃતિઓ એનાં માનસપટ પરથી પસાર થવા લાગે છે. દરેક સ્મૃતિમાં એક જ ઊણપ એને મળે છે જે હોય છે વ્યોમ ના પ્રેમની. એને આંખે અંધારા આવવા લાગે છે. એ ધીમેધીમે નીચે આવે છે, રસોડામાં જઇ પાણી પીવે છે, ભૂખ્યાં રહેવાનાં લીધે એને ચક્કર આવે છે. એ રૂમમાં આવે છે ત્યાં કબાટમાંથી ડાયરી લઈને બેસે છે અને એમાં થોડું લખે છે. ડાયરીમાં લખ્યાં પછી એ એને ફરી કબાટમાં મુકે છે, એને ત્યારબાદ છાતીમાં તીવ્ર દુખાવો થાય છે. આ રીતે અગાઉ ક્યારેય થયું ન હતું. એને સતત કોઈ દબાણ આવતું હોય એવું લાગે છે. ધરાને ખ્યાલ આવી જાય છે કે આ હૃદયરોગનો હુમલો હોઇ શકે એ તરત ફોન લે છે પણ એને દુખાવો એટલો વધી જાય છે કે એના હાથમાંથી ફોન પડી જાય છે. ધરાને ખૂબ પરસેવો વળે છે અને આંખમાં આંસુઓ આવી જાય છે, એનું કંપતું હૃદય આ સ્થિતિમાં પણ બોલી ઊઠે છે .

"વ્યોમ. . વ્યોમ. . ."

વ્યોમ ના નામના આખા મકાનમાં પડઘા પડે છે. ચોમેર પૂનમની રાત્રિ હોવા છતાં અમાસનો અંધકાર છવાઈ જાય છે. ધરાના શ્વાસોશ્વાસની ગતિ ધીમી થઈ જાય છે. ભૌતિક જગત સાથેનું જોડાણ તૂટવા લાગે છે. આંખો ધીમે ધીમે બંધ થઈ જાય છે અને એનો પોતાના શરીર પર કોઈ કાબુ રહેતો નથી.

વ્યોમની રાહ જોતી ધરા નામની અભિસારિકા ત્યાં પ્રાંગણમાં જ બેશુધ્ધ થઈ પડી જાય છે. એનો ફોન દુરની બાજુ પડ્યો રહે છે. વ્યોમ માટે લીધેલ ઘડિયાળ "ટિક ટિક ટિક ટિક ". .કરતી રહે છે. એનાં માટે બનાવેલ જમવાનું ત્યાં પ્લેટફોર્મ પર એમનેમ પડ્યું રહે છે. પવનથી હોલની બારી ખુલી જાય છે અને પડદાઓ ઊડવા લાગે છે. ત્યાં દીવાલ પર લટકાવેલ એક કાચનું પેઈન્ટિંગ જમીન પર પડે છે અને જોરથી કાચના તૂટવાનો અવાજ આવે છે.

ખોટું કીધું કે કોઈ એ કે કાચ અને હૃદય સમાન છે. કાચ તૂટે તો અવાજ આવે છે જ્યારે હૃદય તૂટે તો કોઈને ખ્યાલ પણ નથી આવતો. કાચના ટુકડાઓ ઉપાડનારને હાથમાં ઘા પણ વાગે છે જ્યારે આખી ઝિંદગી હૃદયના ટુકડાઓ કરનારને એક જરાક અમથી હાથમાં તિરાડ પણ પડતી નથી.

કાચ ક્યારેય ધબકતો નથી જ્યારે એક હૃદય આજીવન એક વ્યક્તિના સરમાને ધબકયા રાખે છે . અને ધબકવાનું બંધ કરે ત્યારે પણ એ એ જ સરનામે અને એનાં જ પ્રાંગણમાં બંધ થાય છે. વિધિની કપરી વક્રતા છે કે સાચા હૃદયથી સ્નેહ કરવાની આ સજા છે. .???

જેનાં આલિંગનમાં શ્વાસ લેવાના હોય એનાં સ્પર્શથી પણ વંચિત રહી જવાનું. ?? જેના માટે આખી ઝિંદગી હોમી દઈએ એ જીવનના કપરા પળોમાં સાથે પણ ન રહે. ?? **કોઈ વ્યક્તિને પાણીની તરસ લાગે ને તો સામેવાળા ને ખ્યાલ આવી જાય**

છે. . પ્રેમની આ તરસ કેવી છે કે આજીવન સામેવાળાને ખ્યાલ સુધ્યાં નથી આવતો. !!!!

બારીના પડદાઓ પવનના હાલકડોલક થયાં કરે છે. ધરા ત્યાં ધરા પર જ પડી રહે છે. સવારના સૂર્યોદયના કિરણો મકાનમાં પ્રવેશે છે. વ્યોમની ઊંઘ ઉડે છે અને એ બહાર જુએ છે એના હૃદયમાં પહેલી વાર આજે ગભરાટ લાગે છે. કંઈક અજુગતું થયાનો અહેસાસ થાય છે. બહાર કરફ્યુ હટી ગયો હોય છે. એ ગાડી લઈ ઘરે આવવા નીકળે છે. રસ્તામાં એને વિચાર આવે છે અને એ ઓનલાઇન બંને માટે સિમલા અને કુલુ મનાલીની ફ્લાઈટની ટિકિટ બુક કરે છે. ધરાને એ સરપ્રાઈઝ આપવાનું વિચારે છે.

ધરાના ફોનમાં ક્ષિતિજ અને સંધ્યાના વારંવાર ફોન આવે છે . પછી અતિશય ચિંતા થતાં એ બન્ને પણ ઘરે આવવા નીકળે છે.

"અભિસારિકાના અરમાનો પૂરાં થયાં જ્યારે હજારો સ્વપ્નો તૂટી ગયાં.

તરસતી રહી આજીવન મૃગજળ માટે વણઝારી.

અને બારે મેઘ વરસ્યા જ્યારે શ્વાસ જ છૂટી ગયાં. "

વ્યોમ ઘરે પહોંચે છે. ત્યાં ઘણાં બધાં લોકો એકઠા થઇ ગયાં હોય છે. એને પેટમાં ફડકો પડે છે.

એ જોરથી .

"શું છે આ બધું. ?"

ક્ષિતિજ અને સંધ્યા ત્યાં ધરાને જ્યાં સુવડાવી હતી ત્યાં પાસે જ બેસી અને ચોધાર આંસુએ રડતાં હતા.

વ્યોમ હતપ્રભ થઈ જાય છે. અડોશપડોશ ના લોકો.

"વ્યોમભાઈ હિમત રાખો. "

"હૃદયરોગનો અસહ્ય આંચકો આવ્યો બેન ને અને એ સહન ન કરી શક્યા. એવું ડોકટરે કીધું. "

વ્યોમના હાથમાં રહેલ સામાન પડી જાય છે એ ત્યાં ધરા પાસે જાય છે.

ક્ષિતિજ -"પપ્પા, મમ્મીને કહોને ઊઠી જાય. .આમ ન કરે. "

સંધ્યા - "ભાઈ મમ્મીને શુ થયું છે એ કેમ બોલતી નથી."

વ્યોમ કશું સમજી શકતો નથી. અચાનક આવી પડેલ આ સંકટ નો કેવી રીતે સામનો કરવો એ એને સમજાતું નથી.

"ગઈકાલે તો લગ્નની ૨૫ મી વર્ષગાંઠ હતી, ધરાબેન આખો દિવસ એની તૈયારી કરતાં હતાં, પણ વ્યોમભાઈ કાલે પહોંચી જ ન શક્યા. ધરાબેન મોડે સુધી રાહ જોતાં હતાં. "

વ્યોમના હૃદયના તારે તાર ઝણઝણી ઊઠે છે.

એ જુએ છે ડાઇનિંગ ટેબલ પર રસોઈ બનાવેલ એમનેમ પડી હતી. ધરા એ વ્યોમની મનપસંદ સાડી પહેરી હતી. ત્યાં ટીવી યુનિટ પર એક ગિફ્ટ હતું વ્યોમ માટે. .

એ ગિફ્ટ જુએ છે એની મનપસંદ ઘડિયાળ હતી જે "ટિક ટિક ટિક ટિક. "કરતી હતી.

ઘડિયાળ સમય બતાવી રહી હતી પણ ખરો સમય ખરેખર જતો રહ્યો હતો.

વ્યોમને આંખે અંધારા આવવા લાગે છે અને એ જોરથી ત્યાં બેશુધ્ધ થઈ પટકાય છે.

આંખો બંધ થયા પછી એની સામે ધરા આવે છે.

ચારે બાજુ ધુમાડા વચ્ચે ધરા ત્યાં ઘરના પ્રાંગણમાં રંગોળી કરતી એને દેખાય છે. એ સોળે શણગાર સજીને ત્યાં બેઠી હોય છે.

વ્યોમને જોઈને એ તરત ત્યાંથી દોડે છે. એ વ્યોમની સંમુખ આવીને ઊભી રહી જાય છે.બન્ને પર ગુલાબની પાંદડીઓ વરસે છે.

ધરા -"આવી ગયાં તમે?બહુ રાહ જોવડાવી હો. હેપ્પી મેરેજ એનિવર્સરી. "

વ્યોમ - "(ધરાને આલિંગનમાં લઈને) હેપ્પી મેરેજ એનિવર્સરી. આ જો મેં આપણા માટે ફરવા જવાની ટિકિટ પણ બુક કરી દીધી સરપ્રાઈઝ. "

ધરા હસવા લાગે છે. અને વ્યોમને ભેટી પડે છે. એની આંખમાંથી ટપ ટપ આંસુઓ વહેવા લાગે છે. પછી એ વ્યોમના ગાલ પર પોતાના બન્ને હાથ મૂકે છે અને એને કપાળમાં ચુંબન આપે છે.

ધરા -"**મારા જવાનો સમય થઇ ગયો છે વ્યોમ. આ તો મારી આત્મા હજુ અભિસારિકા બની તમારી અહીં રાહ જોઈ રહી હતી.** હવે તમને જોઈ લીધાં એટલે હવે હું નીકળું છું . યમદૂતો ને પણ મેં કહી દીધુ હતું કે મારી આત્મા વ્યોમને મળ્યાં વિના નહિ જાય ક્યાંય . !!! "

વ્યોમ ધરાને પકડી રાખે છે. પણ ધરા ધીમેધીમે એનાં બાહુપાશ માંથી છૂટે છે અને એ આગળ ચાલવા માંડે છે. વ્યોમ એની પાછળ પાછળ જાય છે પણ ધરા કોઈ અલગ જ ગતિથી આગળ વધે છે. આગળ શ્વેત પગથિયાઓ પર એ ચઢે છે અને એકવાર ફરીને વ્યોમ સામે જુએ છે . એની આંખોમાં હજુ આંસુઓનો દરિયો ઘૂઘવી રહ્યો હતો.

એ કહે છે . .

"હું હતી. . છું અને રહીશ. . હંમેશા . .

એક અતૂટ પ્રેમની નાયિકા. .

ભલે આજીવન બની રહી હોઉં મારાં વ્યોમ ની અભિસારિકા.
"

ધરા ઉપર વ્યોમ તરફ જતી રહે છે અને એમાં વિલીન થઈ જાય છે.

વ્યોમની જોરથી ચીસ નીકળી જાય છે. .

"ધરા. . ધરા. .ધરા. . "

એનાં પડઘા ચારેબાજુ સંભળાયા કરે છે. . પ્રાંગણમાં ધરા એ બનાવેલ રંગોળીના રંગો જોરથી પવન આવવાના લીધે ઉડી જાય છે.

વ્યોમ ભાનમાં આવે છે. કાવેરીબેન અને પરિવારના બીજાં સભ્યો પણ આવી ગયાં હોય છે. મીનાબેન અને મુકેશભાઈ પણ તત્કાળ ફ્લાઇટ બુક કરી આવી જાય છે .

"મારી દીકરી. . મને જાત્રા કરવા મોકલી પોતે જ અમને મૂકીને અનંત ની જાત્રા કરવા ચાલી ગઈ. .".

મીનાબેન હૈયાફાટ રુદન કરે છે. ધરાને વસમી વિદાય અપાય છે. બધી વિધિ પૂર્ણ થયા પછી સાંજે નહાઈને વ્યોમ કબાટમાં કપડાં લેવા જાય છે.ત્યાં એને ડાન્સિંગ કપલ હાથમાં આવે છે એ એને ગળે લગાડે છે.

હમેંશા પ્રેક્ટિકલ રહેલ વ્યોમની આંખોમાંથી આજે આંસુઓ વહી જાય છે. એ ડાન્સિંગ કપલને ત્યાં ફરી મૂકે છે એની નજર ત્યાં રહેલ શ્વેત શ્યામ ડાયરી પર જાય છે એ ડાયરી હાથમાં લે છે.

એ પોતાના બેડ પર ડાયરી લઈને બેસે છે .

ડાયરીના પ્રથમ પાનાને એ ખોલે છે. એમાં એક ગુલાબનું ફૂલ મળે છે જે સુકાઈ ગયું હોય છે .વ્યોમ એને હાથમાં લે છે. એને ધરાના આજુબાજુ હોવાનો અહેસાસ થાય છે.

એ પન્નામાં લખેલ હોય છે.

એક અતૂટ પ્રેમની નાયિકા : અભિસારિકા

હું ધરા - વ્યોમના પ્રેમ માટે સતત રાહ જોતી અભિસારિકા .

વ્યોમને આંચકો લાગે છે કે મારા પ્રેમની ધરા રાહ જોઈ રહી હતી. મેં તો મારી બધી ફરજ પુરી કરી છે તો એણે આમ કેમ લખ્યું. ?? મેં તો ધરાને જ પ્રેમ કર્યો હંમેશા તો પણ એ કેમ તરસતી રહી. ? એણે ક્યારેય કીધું કેમ નહિ કે હું ક્યારેય સમજી ન શક્યો. ? એક પછી એક પ્રશ્નોના તીર વ્યોમના હૃદયને વીંધવા લાગે છે.

ધરાની તૃષાનો વ્યોમને આજીવન ખ્યાલ જ ન આવ્યો. ધરા વણઝારી બનીને વ્યોમના પ્રેમ માટે આમ તેમ ફરતી રહી અને આજે જ્યારે વ્યોમને ખ્યાલ આવ્યો ત્યારે એ પોતે જ દૂર થઈ ગઈ હતી. !!!

વ્યોમ ડાયરીમાં આગળ વાંચે છે.

"કહેવાય છે કે પ્રેમ આ દુનિયાની અતુલ્ય ભેટ છે. જેને પ્રેમ મળે છે એ ખરેખર ભાગ્યશાળી છે અને જેને નથી મળતો એને શું કહેવાય એ ખબર નથી પણ પ્રેમ કરવો અને પ્રેમ પામવો એ બન્ને અલગ વસ્તુ છે. દરેક વ્યક્તિ પ્રેમ તો કરે જ છે. મેં પણ પ્રેમ કર્યો મારા પતિ વ્યોમને હજી કરું છું અને છેલ્લા શ્વાસ સુધી કરતી રહીશ . .

વ્યોમ ડાયરીને ગળે લગાડી લે છે અને એનો અંતરાત્મા બોલી ઊઠે છે. ઓહો ધરા આટલો બધો પ્રેમ કરતી મને. ?!!!

વ્યોમ એક પછી એક આગળનું બધું વાંચે છે.

દરેક સ્ત્રીના જેમ સ્વપ્નો હોય એમ મારા પણ હતાં. વિચાર્યું હતું ધામધુમથી સગાઇ અને લગ્ન કરશું. મમ્મી પપ્પાનું પણ સ્વપ્ન હતું વ્યોમ એ. પણ તમે એક વાર કીધું કે તમારે સાદગીથી પ્રસંગ કરવા છે એટલે હું કંઈપણ દલીલ કર્યા વિના સહમત થઇ ગઈ. ત્યારે પહેલી વાર મારુ હૃદય તૂટ્યું હતું. તમને ખબર છે આગળ ભણવાનું અને નોકરી કરવાનું તો મારા પ્લાનિંગમાં હતું જ નહીં પણ એ તમારા પ્લાનિંગમાં હતું એટલે હું હોંશે હોંશે એનો ભાગ બની ગઈ. લગ્ન પછી મારે ફક્ત તમારો સાથ જ જોઈતો હતો પણ તમે હંમેશા ભૌતિક સુખ સગવડો, પૈસા, પદ, પ્રતિષ્ઠા પાછળ પગલાં ભરતા રહ્યાં અને હું તમારી પાછળ પાછળ. . પણ આ યાત્રામાં આપણો પ્રેમ જ પાછળ રહી ગયો. લગ્નના પછી પણ તરત જ હું બી.એડ કરવા જતી રહી જ્યારે બીજા બધા લગ્ન પછી એકમેકના સાથે જ રહેતા હોય, હરવા ફરવા જતાં હોય અને એકબીજાના સંગાથને

માણતા હોય. મારે ક્યાંય દૂર રૂપિયા ખર્ચવા પણ ન હતું જવું બસ તમારી સાથે ગામના બગીચે એક બેન્ચ પર બેસી આખા દિવસની વાતો કરવાની ઈચ્છા હતી. !!! તમને લાગતું હશે ને કે આ ધરા કેવી પાગલ જેવી વાતો કરે છે નહીં. પણ આ પ્રેમ રોગ જ એવો ચેપી છે ને કે આજીવન એની કોઈ દવા નથી મળતી સારવારમાં ફક્ત પ્રિયતમનો સાથ જોઈએ એને. !!! બી.એડ પૂર્ણ કર્યા પછી તમને મળવા અને સાથે રહેવા હું વહેલી આવી ગઈ હતી પણ તમે જ મિટિંગ ના લીધે મોડા આવ્યાં. બી.એડ કર્યા પછી હું તો તમારી સાથે રહેવા ત્યાં ગામડામાં પણ તૈયાર હતી પણ તમે મને અહીં સગવડ નથી અને તને નહિ ફાવે એમ સમજાવી ત્યાં તમારા પથ તરફ આવવા જ ન દીધી. માંડ માંડ એક વખત ફરવા જવાનું નક્કી કર્યું હતું ત્યાં મમ્મી ને વાગી જવાથી આપણે જઇ ન શક્યા. જો કે તમે એ સમયે ધાર્યું હોત તો બીજા દિવસે પણ આપણે જઇ શકતાં હતા કારણ કે મમ્મીને સારું હતું અને ઘરમાં ધ્યાન રાખનાર વ્યક્તિઓ પણ હતાં. પણ કોઈ વાંધો નહિ એ સમય હવે જતો રહ્યો . આપણા પ્રેમની નિશાની જ્યારે મારા ગર્ભમાં રહી ત્યારે મને એમ હતું કે તમે ખુશીથી નાચી ઊઠશો અને મને આલિંગનમાં લઈને વ્હાલ કરશો પણ ત્યારે પણ આપણા વચ્ચે મતભેદ થયાં. અને મેં રડતાં રડતાં ઘર પણ છોડ્યું. ત્યારે મને ખરેખર અતિશય દુઃખ થયું હતું કે તમે મને સમજી ન શક્યા. તમે માનસિક રીતે ત્યારે તૈયાર ન હતા એ પણ મને ખબર છે. પણ તમે એ પળોને યાદગાર ન બનાવી શક્યા. સારું થયું એ તો ટૂંક સમયમાં જ તમે સમજી ગયાં અને મને લઈ ગયાં.

સગર્ભા બનવું એ સ્ત્રી માટે વરદાન સમાન છે અને ત્યારે મને સતત તમારા સાથની આશા રહેતી. પણ અફસોસ કે ત્યારે પણ તમારી ગેરહાજરી હતી. !!! સીમંત વખતે પણ તમે મોડા અને મારી ડિલેવરી વખતે તો હતાં જ નહીં. !!! જ્યારે મને તમારા સાથની સૌથી વધુ જરૂર હતી. એ આપણા જીવનની શ્રેષ્ઠ ક્ષણો હતી જે

આપણે બંનેએ સાથે જીવવાની હતી. હું પણ ભોળી એમ માનતી રહી કે **ધરા અને વ્યોમ ક્ષિતિજ પર મળે છે.** પણ ખરેખર એ મળતા નથી ફક્ત આભાસ જ થાય છે. માં બન્યાં પછી ક્ષિતિજ પર જ તમામ મમતા અને પ્રેમ લૂંટાવવાનું શરૂ કર્યું. પણ કુદરતને એ પણ મંજુર ન હતું. મને નોકરી મળતાં મારે મારા દિકરાને છોડીને જવું પડ્યું. એ પળો મારા માટે કેટલી વસમી હતી તમને ખબર છે ? તમને ક્યાંથી ખબર હોય વ્યોમ ત્યારે પણ તમે મારી સાથે ન હતાં. રાતે મને તાવ આવી ગયો હતો એ દિવસ તો ક્યારેય નહીં ભૂલી શકું હું. ત્યારે પણ હું તો તમને ઝંખતી જ રહી. મને પણ આ બધાંની ધીમે ધીમે આદત પડી ગઈ હતી . કિશન મીરાંના લગ્ન વખતે હું તમારી જમવા માટે રાહ જોતી રહી અને તમે બહાર જ જમીને આવ્યાં હતાં. તમેં ત્યારે મારી પાસે બેસી તો શકતા હતા ને કે ચાલ હું બેસું તું જમી લે. !!પણ તમે તો એ પણ ન કરી શક્યા.

કિશન અને મીરાં લગ્ન પછી અલગ ન રહ્યાં મીરાં એ જિદ્દ કરી અને કિશન સાથે જ રહેવાનું નક્કી કર્યું. મને પણ એમ થાય કે કાશ મેં જે તે સમયે આવી જિદ્દ કરી હોત તો. !!! પણ હું ના કરી શકી. . રિયા એ પણ લગ્ન પછી દૂર નોકરી કરવા જવાની સ્પષ્ટ ના પાડી દીધી કેમ કે એને રાહુલ સાથે રહેવું હતું. કાશ હું પણ બી.એડ અને બહારગામ નોકરી માટે આમ ના પાડી શકી હોત. પણ મારાં વ્યોમની ઈચ્છા હતી એટલે મેં ક્યારેય ના ન પાડી. આપણે એક વખત રાજસ્થાન સાથે ગયાં પણ આપણે ત્યાં સાથે જ કેટલું રહ્યાં ?? **મને એમ હતું કે ધરા અને વ્યોમ સંધ્યા સમયે એકમેકમાં સમાય જાય છે પણ એ મારી ખોટી ધારણા હતી.** સંધ્યા ના જન્મ વખતે તમે ક્યાં હતાં યાદ પણ છે. ??

વ્યોમ વિચારે છે એને યાદ નથી આવતું.

નથી યાદ આવતું ને ?

શિક્ષા મહોત્સવમાં હતાં તમે. બદલી કરી તમારી પાસે આવવા મેં જાન રેડી દીધી હતી. બદલી થઈ પણ જવાની હતી એમાં ચૂંટણી ના લીધે પાછળ ગઈ અને જ્યારે ઓર્ડર આવ્યો ત્યારે મારા તો આશ્ચર્ય નો પાર ન રહ્યો. તમે મારી અહીંયા ઘર પાસે બદલી કરાવી જયારે મારે તો બદલી કરી તમારી પાસે જ આવવાનું હતું. !!! એ વિષપાન પણ હું હસતાં હસતાં કરી ગઈ. વ્યોમ તમે એક આદર્શ શિક્ષક, આદર્શ પુત્ર અને આદર્શ પિતા અવશ્ય છો પણ શું તમે એક આદર્શ પતિ પણ રહ્યાં છો. ?? ફક્ત ઘરની જરૂરિયાત પૂરી કરવી એ પ્રેમ નથી. **ભોજન બત્રીસ પ્રકારના બન્યાં હોય પણ સાથે બેસીને કોઈ ખાનાર કે પીરસનાર ન હોય તો એ પણ વ્યર્થ જ છે. !!!**

તમે મને નવું આલીશાન મકાન લઈ દીધું પણ એ ઘર ન બની શક્યું કારણ કે આપણે સાથે રહ્યાં જ નહીં એમાં. !!! તમે નવી કાર લઈ લીધી પણ તમને યાદ પણ છે એ કારમાં ફક્ત આપણે બંને બેસીને ક્યાંય દૂર પ્રેમના પળો માણવા ગયાં હોય ?? દરરોજ ફોનમાં વાતચીત કરીએ આપણે પણ જે સાક્ષાત હાજરીનો સંગાથ મને ક્યારેય મળ્યો નથી. !!! આ બધી સગવડો તમારા વિના મને નમક વિનાના ભોજન જેવી લાગી. જે દેખાવમાં તો સરસ જ લાગે પણ સ્વાદ એકદમ ફિક્કું. !!!

કેટલા રૂપિયા હોય તો સુખી થવાય અને તમારી સાથે રહેવા મળે વ્યોમ ?? તો હું એટલા રૂપિયા ભેગાં કરી લઉં. એટલે આપણે સાથે રહી શકીએ. !!!!

વ્યોમ વાંચતા વાંચતા ઉભો થઇ જાય છે અને બારી પાસે જતો રહે છે. બારી ખોલે છે અને ત્યાં જ રડતાં રડતાં બેસી જાય છે .

વ્યોમ ફરી આગળ ડાયરીમાં વાંચે છે.

ખબર છે વ્યોમ ઘણી વાર મીરાં એ, ચાંદની એ અને સંગીતાબેન એ કહ્યું મને કે તમને કહું કે હવે તો તમે બદલી કરાવી લો . પણ હું કહું અને તમે કરાવો તો શું કામનું. ?? **તમને એક પછી એક પ્રમોશન મળતા રહ્યાં પણ આપણા પ્રેમને કદી પ્રમોશન ન મળ્યું. એ તો સજામાં સસ્પેન્ડ થઈને રોજ એક જ સરનામે હાજરી પુરાવ્યાં રાખે છે. !!!**

પપ્પાના અચાનક પરલોક જવાના લીધે આપણે બીજી વખત પણ કુલુ મનાલી સિમલા ન જઈ શક્યા. હવે મારે જાવું છે હો મને લઈ જજો.

વ્યોમ ખિસ્સામાં રહેલ ટિકિટ કાઢે છે અને એને પકડીને પોક મૂકીને રડવા લાગે છે. .

"ધરા હું લઈ આવ્યો ટિકિટ. આ જો. .!!!"

એ ટિકિટને હાથમાં ડૂચો વાળી દે છે અને રડવા લાગે છે.

થોડીક વાર બધું શાંત થઈ જાય છે. . વ્યોમ ફરી ડાયરીમાં આગળ વાંચે છે.

આપણા બન્ને બાળકો કેમ મોટા થઈ ગયાં ખબર જ ન પડી. **તમે જ્યારે શ્રેષ્ઠ શિક્ષકનો એવોર્ડ મેળવી રહ્યાં હતાં ત્યારે અહીં હું શ્રેષ્ઠ અભિસારિકા બની ગઈ હતી.** એમ હતું કે વતનપ્રેમ યોજનાના બહાને તમે અને હું સાથે રહેશું પણ ક્ષિતિજ ના ભવિષ્ય માટે ફરી આપણે મળીને પણ અલગ થઈ ગયાં. કાશ આ સમય આપણે માણી શક્યા હોત પણ કુદરતને એ પણ મંજુર ન હતું. મુંબઈ ફરવા ગયાં એ દિવસો હજુ યાદ આવે છે . પરિવાર સાથે એ એક યાદગાર પ્રવાસ હતો પણ ત્યાં પણ તમે તમારા કામમાં જ વ્યસ્ત રહ્યાં હતા. જે સમય મને આપવાનો હતો એ સમય હંમેશા તમારી નોકરી અને જવાબદારીઓને આપ્યો છે. તમને ક્યારેય મારો આ ખાલીપો કેમ નથી અનુભવાતો ?? તમને ખબર છે હવે

તો મને તમે નિવૃત થાઓ અને ત્યારપછી આપણે સાથે રહીશું એવા દિવાસ્વપ્ન પણ આવે છે. !! બસ જલ્દી આપણે સાથે રહીએ. **હમણાં હમણા તો મને બહુ ડર લાગે છે કે ક્યાંક હું આજીવન રાહ જ જોઈતી ન રહી જાઉં. !!!**

વ્યોમને ખૂબ દુઃખ થાય છે કારણ કે ધરાનો ડર હકીકત બનીને એની સામે હતો. ધરા હવે એનાથી દૂર થઈ ગઈ હતી . .એટલી દૂર કે ત્યાંથી પરત ફરવું અશક્ય હતું.

ઈચ્છાઓ બધી કાગળોમાં રહી ગઈ. તૂટી ગયાં બધાં સ્વપ્નો. જે ચમકતું હતું એ લાગણી ભર્યું હૃદય હતું અને નિરખતા રહ્યાં આજીવન સુવર્ણના રત્નો. !!!!

ધરા એ એની લગ્નની વર્ષગાંઠ પર પણ લખ્યું હતું. .

વ્યોમ હું આજીવન તમને પ્રેમ કરતી રહીશ. કહેવાય છે કે અપેક્ષા વિના પ્રેમ ન થઈ શકે પણ મારો પ્રેમ એવો નથી . મેં ક્યારેય તમને કોઈ ફરિયાદ કરી નથી અને કરીશ પણ નહીં. !!! વારંવાર મને દર્દ મળે છે પણ એ દર્દ માં પણ હું હસીને આગળ વધવા માંગુ છું. તમારા આલિંગનમાં રહીને શ્વાસ લેવા માંગુ છું. તમારા માટે રસોઈ બનાવી રોજ પીરસી જમાડવા માંગુ છું. હાથ માં હાથ પકડીને રાતે રસ્તા પર ચાલવા માંગુ છું. **જીવનમાં કેટલું સાથે રહ્યાં એ મહત્વનું નથી પણ કેવી રીતે સાથે રહ્યાં એ મહત્વનું છે.** આજે પણ આપણે સાથે બેસીને જમશું હું તમારી રાહ જોઈ રહી છું જલ્દી આવજો. **ક્યાંક મોડું ન થઈ જાય.**

પવન આવવાનાં લીધે ત્યાં દીવાલ પર લગાડેલ વ્યોમ ધરાનો ફોટો પડે છે અને કાચના જોરથી તૂટવાનો અવાજ આવે છે. એ કાચના ટુકડાઓની સાથે વ્યોમનું હૃદય પણ ટુકડે ટુકડા થઈ જાય છે કારણ કે આજે વાસ્તવમાં મોડું થઈ ગયું હતું. .

મારી લાગણીઓને મારી નારાજગી ન સમજતા હું તમારાથી ક્યારેય નારાજ નથી . કે ન થઈશ. હું તમને ખૂબ પ્રેમ કરતી હતી, કરું છું અને કરતી રહીશ. .

I LOVE YOU. .

I LOVE YOU SO MUCH VYOM. . !!!!!

ડાયરીનું લખાણ પૂરું થાય છે. વ્યોમ દોડીને અગાશી પર જાય છે. ઘૂંટણિયે પડીને રડવા લાગે છે.

"**I love you too** ધરા. . આવી જા પાછી મને મૂકીને ન જા. હું તારા વિના નહિ રહી શકું. મારી ભૂલ થઇ ગઈ મને માફ કરી દે. . "

"ધરા. . . . આઆઆઆઆ"વ્યોમની ચીસ વ્યોમને ભેદી જાય છે. વ્યોમ રડ્યા રાખે છે. .

****

સાત વર્ષ પછી. .

"ઊભો રહે તું તારી હિંમત કેમ થઇ મારી વસ્તુને અડવાની . "

વ્યોમ - "ક્ષિતિજ, હેરાન ન કર સંધ્યા ને. ."

મીનાબેન - "આ એક વસ્તુ કોઈ સાથે વહેંચતી નથી ખબર નહિ લગ્ન પછી આખું જીવન કેમ વહેંચશે. ?"

વ્યોમ - "મારી દીકરીને ક્યાંય વાંધો નહિ આવે એ બધી પરિસ્થિતિનો સામનો કરવા તૈયાર હશે. પણ બન્નેને હવે પૈસા, પદ અને પ્રતિષ્ઠા કમાવવા કરતાં પ્રેમ અને એકબીજાના સાથે રહેવા માટે સમજવું પડશે. "

વ્યોમ ધરા ના ફોટા પાસે જાય છે. .

"કારણ કે હવે કોઈ પણ ધરા વ્યોમના પ્રેમમાં અભિસારિકા ન બને એ જરૂરી છે .. મારી ધરા સાચા અર્થમાં હતી **એક અતૂટ પ્રેમની નાયિકા - અભિસારિકા.** "

એ રડતો રહે છે. . .

બહાર એક દુકાનમાં ત્યાં ગીત શરૂ થાય છે . .

"લગ જા ગલે કી ફિર હસીન રાત હો ન હો. .

શાયદ ફિર ઇસ જન્મ મેં મુલાકાત હો ન હો. .

લગ જા ગલે. . ."

કોઈને પામવું એ જ પ્રેમ નથી. . પોતાનું સમગ્ર અસ્તિત્વ કોઈપણ અપેક્ષા વિના ન્યોછવાર કરી દેવું એ પ્રેમ છે.

ખોટું કીધું છે લોકોએ કે કાચ અને હૃદય સમાન છે કારણ કે એક કાચ ફક્ત એક જ વાર તૂટે છે જ્યારે એક હૃદય અનેકવાર. .!!!!!

****

અભિસારિકા - એક અતૂટ પ્રેમની નાયિકા

હજારો વર્ષોથી લાખો લેખકો, કવિઓ, ફિલ્મ નિર્માતાઓ વ્યાખ્યાયિત કરતા આવ્યા છે છતાં પ્રેમને વ્યાખ્યાયિત કરી શકાતો નથી. ઘણાં માટે પામવું પ્રેમ હોય છે, ઘણાં માટે સાથ રહેવું અને જીવન માણવું પ્રેમ હોય છે.અભિસારિકા નવલકથા દ્વારા એક સ્ત્રીના અતૂટ પ્રેમને શબ્દોમાં ઢાળવાનો પ્રયાસ કર્યો છે. શબ્દોની બનાવટ કે છણાવટ કે પ્રસંગોના બિનજરૂરી વર્ણનોને બદલે અને અતિશયોક્તિભર્યા સંવાદની બદલે બને એટલું સહજ અને સરળ વર્ણન કરેલ છે.અહીં નાયક અને નાયિકાના જીવનમાં આવતા ઉતાર ચડાવને આલેખવામાં આવેલ છે.વ્યોમ અને ધરા બન્નેના પરિપ્રેક્ષ્યમાં કથા સમાંતર અને સમતોલ ચાલે છે અને વાંચનારને કથામાં સામેલ કરી આંસુઓ પણ વહેવડાવી જાય છે.આધુનિક જીવનનું અને એમાં સંઘર્ષ કરતા પરિવારનું અહીં સચોટ વર્ણન છે સાથે સાથે મિલન અને જુદાઈનું દ્વંદ્વ યુધ્ધ છે.એક આતુર હૃદયની પ્રેમ માટેની પારાવાર શોધ છે અને અંતે જીવનભર સમજાય જાય એવો બોધ પણ છે. એક કાચ એક વાર તૂટે પણ એક હૃદય વારંવાર બસ એ જ તૂટેલા હૃદયને વર્ણવતી નવલકથા છે અભિસારિકા - એક અતૂટ પ્રેમની નાયિકા.

* 9 7 8 9 3 5 7 4 1 1 2 1 9 *

FCW - #0055 - 061026 - C0 - 203/127/12 - PB - 9789357411219 - Gloss Lamination